விடைபெறும் வேளை..

(கவிதைகள்)

திருக்குமரன்

யாவரும் பப்ளிஷர்ஸ்

- விடைபெறும் வேளை.. ● கவிதைகள்
- திருக்குமரன் © ● முதல் பதிப்பு : செப்டம்பர் 2019

- Vidaiperum velai.. ● Poetry
- Thirukumaran © ● First Edition : September 2019
- Pages: 104 ● Price : ₹ 130/-

ISBN : 9789388133395

Designed by : Gopu Rasuvel

Released by : **Yaavarum Publishers,**
                214, Bhuvaneshwari Nagar IIIrd Main Road
                Velachery, Chennai-600 042
                90424 61472 / 98416 43380
                editor@yaavarum.com

      All rights, including professional, amateur, motion pictures, recitation, public reading, broadcasting and the rights of translation into foreign languages are strictly reserved. No part of this book may be reproduced in whole or in part or utilized in any form or by any means electronic or mechanical, including photocopying, recording or by any information storage and retrieval system now known or hereafter invented, without the prior written permission of the author/publisher.

இருப்புரை

கண்முன்னே தமிழினப்படுகொலை நிகழ்ந்து ஒரு தசாப்தமாகிறது.

இதனை எழுதிக் கொண்டிருக்கும் இந்தக் கணம் வரை, குறைந்தபட்சம் படுகொலை செய்யப்பட்ட மக்களுக்கான நீதியைத் தருவதற்குக் கூட எவரும் தயாரில்லை. உலகின் சக்தி மிக்க நாடுகளின் கரங்களில் இன்னமும் படுகொலை செய்யப்பட்ட எம்மினத்தின் குருதி சொட்டிக் கொண்டிருக்கிறது, முள்ளிவாய்க்கால் வரை நிகழ்ந்தது இனப்படுகொலையில்லை, போர்க்குற்றமெனவும், பின்னர் போர்க்குற்றமும் இல்லை, மனித உரிமை மீறலெனவும், கடைசியில் மேற்கூறிய எவையுமே இல்லை அது "சமூகங்களுக்கிடையிலான வன்முறையும், மதங்களுக்கிடையிலான அமைதியின்மையும்" என ஐக்கிய நாடுகள் அவையும் தனது நீண்ட விசாரணை முடிவின் இறுதி அறிக்கையில் எழுதி ஆயிற்று.

கொலையாளர்களே எமக்கு நீதியினைத் தருவார் என்றெண்ணி அவர்களிடமே நீதிவேண்டி நிற்றலை விட மடமைத் தனம் வேறெதுவாக இருக்க முடியும்?

எங்குமே எமக்கு நீதி கிடைக்காத ஒரு நிலையில் எமக்கு தெரிந்த மொழியில், எமக்குத் தெரிந்த வழியில் நீதி கேட்கிறோம். அது கவிதையாக, நாவலாக, புதினமாக பல வடிவங்களை பெற்றுக் கொள்கிறது. இதைத் தவிர கைவசம் வேறேதும் வழிகள் இருப்பதாக எனக்குத் தெரியவில்லை, இந்த நூற்றாண்டின் மிகப்பெரிய இனப்படுகொலையைப் பார்த்தநாம் அதனைப் பார்க்காதவர்களுக்காகவும், இனி வரப்போகின்றவர்களுக்காகவும் பதிந்து செல்ல வேண்டியது எமது காலக்கடமையாகக் கருதுகிறேன்.

ஒரு படைப்பாளி வாழ்ந்த உணர்வுத்தளத்தில் நடக்க நேர்க்கிற போதுதான் அந்தப்படைப்புள் இருக்கும் துடிப்பு வாசகனின் காதுகளுக்குக் கேட்கும், அதுவரை அவனுக்கு அது ஓர் வலிந்து விளங்க முனைகிற ஒன்றாகவே இருக்கும்.

படுகொலைக் களத்தில் இருந்து வந்தவர்களின் ரெத்தமும், நிணமுமான படைப்புகளின் வாடையை முகர்ந்துணரும் சக்தி அதனைத் தெரியாதவர்களுக்கும், குறிப்பாக அதனைத் ‘தெரிந்துகொள்ள விரும்பாதவர்களுக்கும்’ இருக்காது.

குடும்ப உறவுச்சிக்கல், தனிமனித உறவு, வறுமை, சமூக ஏற்றத்தாழ்வு என்பன ஈழத்திலும் உண்டு. ஆனால், நாங்கள் எதிர் கொள்கின்ற இனவிடுதலைப் போராட்டத்தின் முன்பு அவை பெரிதாகத் தெரிவதில்லை, தெரியாது. அதனால் போரற்ற சமூகத்துள் வாழும் சராசரி மனிதனின் நாளாந்த அல்லாட்டம் குறித்த படைப்புகளை நாம் எதிர்கொண்ட வலிகளோடு படிக்கும் போது அவை எந்த வியப்பையும் தருவதில்லை. இது போலவே போரியல் வாழ்வை அறியாதவர்களின் அல்லது அறிய விரும்பாதவர்களின் மனத்தால் எம்முடைய போரியல் வாழ்வின் இலக்கியங்களை நாம் புரியும் உணர்வுத் தளத்தில் நின்று புரிந்துகொள்ள முடியாது, அவர்கள் அதற்கு முயல்வதும் இல்லை.

களத்தில் நின்று வந்தவரின் கண்களுக்கு செவ்வரத்தம்பூ எறிகணையால் பிய்ந்த தசையாகவோ மற்றவர்களுக்கு அழகிய பெண்ணின் கன்னமாகவோ அல்லது உழைத்துச் சிவந்தவரின் கரமாகவோ தெரிவதில் ஆச்சரியமேதுமில்லை.

ஆனாலும் முள்ளிவாய்க்காலின் பின்னான இந்தப் பத்தாண்டுகளில் எம் படைப்புகள் பேசும் உணர்வு விளங்கிக் கொள்ளும் வாசகத் தன்மை என்பது தமிழர்கள் வாழ்கின்ற எல்லா இடங்களிலும் பெருகி இருக்கிறதென்றே சொல்ல வேண்டும்.

இலங்கை, இந்தியா, மேற்குலக நாடுகளின் சிறை வாழ்வென பல ஆண்டுகள் ஓடி நீண்ட போராட்டத்தின் பின் வெளியே வந்து பார்த்த போது எம்முடன் நின்றவர்கள் யாரும் அருகில் இல்லை, எல்லாம் மாறிப் போய் இருக்கிறது, ஆயுதப் போராட்டம் நடந்த போது களத்தில் நின்று போராடியவர்களின் கைகளைப் போலவே வாழ்வும் வெறுமையாக இருக்கின்றது, தனித்து விடப்பட்டுள்ளதாக உணர்வு. ஆனால் எதற்காக இத்தனை ஆண்டுகாலப் போராட்டமும், தியாகமும், விலைகொடுப்பும் நிகழ்ந்ததோ அதற்கான காரணங்கள் இன்னும் அப்படியே தான் இருக்கின்றன.

போராட்டத்தில் நின்றவனின் படைப்பில் தனியே போர்க்களக் காட்சிகள் மட்டும் இருப்பதில்லை, போரோய்ந்த பின் ஏற்படும் உறைந்த தனிமை, உறவுப்பிரிவு, காதல் ஏக்கம், காத்திருப்பு என போரின் பின் விளைவுகள் நிறைந்து வழியும், நீண்டகால ஆயுதப் போராட்டத்தில் ஈடுபட்டு அதில் தோல்வி உற்ற சமூகத்தின் நாளாந்த வாழ்வில் கோடைவனாந்தரம் குடிகொண்டிருக்கும், அதையே என் கவிதைகளும் பேசுகின்றன. போரைச் சந்தித்த மற்றைய சமூகங்களின் இத்தகைய வாழ்வை உயர் இலக்கியமாக

பேசுபவர்கள் எம்மக்களுடைய அதே வலியை தம் அரசியல் நிலைப்பாடு காரணமாக அழகியல் அற்ற புலம்பல் எனச் சொல்வதன் வெப்பியாரத்தை நாம் விளங்காமல் இல்லை, ஈழத்தில் குருதி வழிந்தோடிய புழுதி நிலமெங்கும் ஆயிரம் கதைகள் கிடக்கின்றன.

ஆசியாவில் கடந்த ஐம்பது ஆண்டுகளில் ஈழ மக்கள் சந்தித்த போராட்ட வாழ்வனுபவத்தைப் போல் எந்த ஓர் இனமும் துன்பத்தைச் சந்ததில்லை. இவ்வளவு போராடியும் எப்படி எமக்கான விடுதலையை பல்வேறு காரணங்கள் கூறி சர்வதேசம் மறுத்து வருகிறதோ அதே திட்டமிட்ட உதாசீனம் தான் எங்கள் படைப்பிலக்கியங்கள் மீதும் நிகழ்கிறது.

விடுதலைப் போராட்டம் நெடிதே தவிர விடுதலைக்காக இவ்வளவு விலை கொடுத்த எந்த இனமும் தோற்றுப் போனதாய் வரலாறில்லை. எமக்கான நாடொன்று உருவாகும் நாளில் எம்முடைய படைப்புகளும் பேசப்படும், அதுவரை இப்படித்தான் எல்லாவகையிலும் அலைக்கழிக்கப்படுவோம். கைப்பிடியளவு கடைசி மூச்சு எழுந்திறங்கி, கணச்சூடு தணிந்து உடல் குளிரும் முன் எம் தேசம் மலர்ந்து விட்டது என்கின்ற செய்தியை யாரேனும் என் காதில் சொல்லுவார்கள் என்கின்ற இறுதி நம்பிக்கையுடன்..

அன்பும் நன்றியும்

தி. திருக்குமரன்

உள்ளே

1. கண்ணம்மா என்பது.. — 11
2. நினைவெனும் நெருஞ்சி.. — 13
3. உறைந்த காலம்.. — 15
4. பட்டவனே அறிவான்.. — 16
5. இப்படியாக புத்தன் மறைந்தான்.. — 18
6. எம் வானின் தாரகைகள்.. — 20
7. மாலைச் சிவப்பும் மனசும்.. — 21
8. காத்திருந்து பழகல்.. — 23
9. உயிர்த்தெழல்.. — 24
10. உங்களை மன்னித்து அருளலாம்.. — 26
11. தனிமை நடக்கும் தன்னந் தனியே.. — 28
12. அத்தியேட்டி ஏவறை.. — 29
13. சிறகை ஒடுக்கும் பறவை.. — 30
14. நான்கு விழுப்புண்கள்.. — 31
15. இந்த நாள் — மே 18.. — 33
16. பறப்பெனும் பரவசம்.. — 34
17. வளவொன்று வாசல் இரெண்டு.. — 35
18. இரெண்டாம் வானம்.. — 37
19. அதன் பிறகு.. — 38
20. தான் தோன்றி.. — 39
21. எழுதி வைக்கப்பட்டவை.. — 40
22. எதுவுமில்லை கேளடா.. — 41
23. புல்லாங்குழல்.. — 42
24. மறைவதெல்லாம் காண்பமன்றோ.. — 43
25. சமதரை.. — 44
26. தேசத்தின் விதி.. — 45
27. ஏன் வாழ்தல் இன்னும்..? — 46
28. கணச்சூடு.. — 47
29. பலம்.. — 48
30. உணர்த்தல்.. — 49
31. அடைவேன்.. — 50
32. காணும் கொள்ளேன்.. — 51
33. எழும் காலம்.. — 52
34. மயான அமைதி.. — 54
35. எழுத்தெனப்படுவது யாதெனில் — 55

36. இவன் இப்படித் தான்.. — 56
37. இப்படியாகத் தான் தேசங்கள்.. — 57
38. நீ மட்டுமே அல்ல.. — 58
39. மர வளையம்.. — 59
40. எதிரிக்கான மொழி.. — 61
41. கரையேறுமெங்கள் கனவு.. — 63
42. இதுதான் எங்கள் அழகிய தேசம்.. — 64
43. போர் தின்ற வாழ்வு.. — 66
44. பார்க்கும் இடத்திலெல்லாம் உனைப் போலவே.. — 68
45. மடி குளிரும்.. — 70
46. இதமான இரகசியங்கள்.. — 71
47. விடுதலைப் போராட்டம் நெடிது.. — 72
48. சாவும் கவிதையும்.. — 73
49. மேகம் நினைவாய் மிதக்கிறது.. — 74
50. வேதனையின் விதை.. — 75
51. நெக்குருகி எனை நீயும் நினைப்பாய்.. — 76
52. ஊற்றைப் போல் நுரைக்கட்டும் உறவு.. — 77
53. பறவையைப் பிரிந்த சிறகு.. — 79
54. எவருக்கும் நோகாமல் அனுப்பு.. — 80
55. கருவேப்பிலை.. — 81
56. ஒற்றைப்பனையாய் வாழ்க்கை.. — 82
57. நினைவோர் இறகு.. — 83
58. விடுதலைக் கனவு.. — 85
59. அப்படியே தான் இருக்கிறது.. — 86
60. அவதானம்.. — 87
61. கரங்களை நீட்டும் கனவு.. — 88
62. எண்ணிக்கை சார்ந்த இனம்.. — 89
63. அவர்கள் இல்லாத நாட்கள்.. — 90
64. அப்படியே இருக்கிறது.. — 91
65. ஆகித்தான் திரும்.. — 92
66. நேர முள்ளை நிறுத்து.. — 93
67. ஏறிச் செவிகேட்டு எறிந்தாயோ.. — 94
68. மௌன அலை.. — 96
69. தமிழர் விழிக்கும் காலம்.. — 98
70. காலமாகும் எம் காலம்.. — 100
71. எப்போது பூத்தது ஒற்றைப் பூ.. — 101
72. நதி தீரம்.. — 102

கண்ணம்மா என்பது..

கண்ணம்மா என்பது,

அடித்த காட்டாற்றில்
அடிபெயர்ந்து வீழ்ந்துவிட்ட
நெடிய பெருமரத்தின்
நினைவில், கிளையொன்றில்
இன்னமும் துடிக்கின்ற
இளந்தளிர்

கண்ணம்மா என்பது,

மாண்டாலும் எழுந்தெழுந்து
மறுபடியும், மறுபடியும்
மீண்டு கரைமனசை
மீட்டி, நுரை தளும்ப
ஆரத்தழுவுகின்ற அலை

கண்ணம்மா என்பது,

ஊரைப் பெயர்ந்து
ஒரு தசாப்தமானாலும்
ஈரமாய் நாசிக்குள்
எங்கிருந்தோ ஊர்ந்து வரும்
ஆட்டுப்பால் வாசத்தின்
அமர சுகம்

கண்ணம்மா என்பது,

அரைக்கண் செருகுண்டு
அந்தரத்தில் உயிர் மிதக்க
இதழால் செவி கவ்வி
இழுத்து, பிடரியிலே
விரலூர விட்டென்றன்
வெறும் பிறப்புக்குயிர் கொடுத்த
அன்புத்தேன் சொட்டும்
அடை

கண்ணம்மா என்பது,

பின்புறமாய் வந்தென்னைப்
பிடித்து, கழுத்திறுக்கி
சின்னமுளை ஈரத்தைச்
சிந்த, தோளேறி
தாடியிலே நாடியினால்
தடவி, குளைந்தபடி
அப்பா என அவனணைக்கும்
அமுத நிலை.

கண்ணம்மா என்பது,

வாழ்வை அப்படியே
வழித்தெடுத்து விடுதலையின்
வேள்வித் தீயிலிட்டு
விதையானோர் கனவெனது
பிறப்போய்ந்து போவதற்குள்
பிறந்தால், கொடியேற
கண் நிறையக் கண்டு
காயமெல்லாம் மெய்சிலிர்க்க
அடக்கி வைத்திருப்பதெல்லாம்
அழுதூத்தி, புரவியைப் போல்
மண்புரளக் காத்திருக்கும்
மனசு..

■

நினைவெனும் நெருஞ்சி..

பின்னி மடித்துக் கட்டிய
நெளி முடியும், இடுப்பிற் பட்டியும்
கானக நிறத்தில் ஆடையுமாய்
கடைசியாக உன்னைப் கண்டிருந்தேன்

மீனைக் குறிபார்க்கும்
கொக்கின் கவனத்தோடு
வரைபடமொன்றில் மூழ்கி இருந்தாய்
அதிர்வு வந்த திசைநோக்கி
வெடுக்கெனக் கழுத்தைத் திருப்பும்
மரங்கொத்தியாய்
அருகே கடந்த என்னை
பாதாதி கேசமாய்
அவ்வளவு வேகமாய் அளந்தாய்

பூமலரும் ஓசையை
பூவுலகு உணர்வதில்லை ஆனால்
மெல்லென மூடித்திறந்து
ஆம்பல் மலராய்
உன் விழி அவிழ்ந்த ஓசை
என் செவிகளுக்குக் கேட்டிருந்தது

இரு வழியாய் பிரியுமுன்னான
காட்டிடை வெளியில்
யானை லத்தி விலக்கி
குளத்தில் நீரள்ளக் குனிந்த போது
விரல் பட்டு
விரிந்தகன்ற நீர் வளையங்களில்
உன் முகந்தான் எனக்குப்
பூத்து மறைந்தது

மாலை விழுந்து மங்க
உதட்டை அவிழ்க்காத
ஒரு விதச் சிரிப்போடு
காட்டைக் கிழித்தபடி
ஒரு புறமாய் நீயும்
அருகப்பால் நானும் அணிகளோடு,
சில நாட்களின் பின்
திரும்பியவர்களில் நீயிருக்கவில்லை
காயப்பட்டிருந்தவரிலும்
காணவில்லையென்றானபோது
வங்கக்கடலில் மிதந்த கண்களுக்கு
வலுக்கட்டாயமாய் அணைகள் போட்டேன்

எதுவுமே நடவாதது போல்
அத்தனை வேகமாய் ஓடிப்போய் விட்டன
ஆண்டுகள்
ஆயினும் எங்கோ வாழ்ந்து கொண்டிருக்கிறோம்
திரும்பி வராத நீ வெள்ளியாயும்
திரும்பி வந்த நான் பிணமாயும்..

உறைந்த காலம்..

தொடுவானக் கரையைத்
தொட்டுவிட எத்தனித்து
எட்டியெட்டித் தினமும்
ஏங்குகின்ற கடலலையாய்
தாபம்,

உடைந்திறந்த காலத்தில்
உடைந்தறுந்த முகங்களுடன்
மேலெழுந்து வரமுடியா
மிகு ஆழக் கிணற்றுக்குள்
ஆசை,

வரவே வராத
மழைக்காலம் பார்த்தேங்கி
கடைசி நீர்த்துளியைக்
கைகளுக்குள் பொத்தியுள்ள
கற்றாளைப் பெருமூச்சாய்
காமம்,

வாழ்வே கனவான வலியில்
புலன் சிதறி
கீறலை மறந்து விட்டோன்
கிறுக்கலில் சாம்பலாய்
ஊறி வந்ததிந்த உரு..

■

பட்டவனே அறிவான்..

உயிர் கருகித் துடிதுடித்தும்
உடல் சிதைந்து தடதடத்தும்
ஓர் வார்த்தை சொல்லாமல்
உள்ளுக்குள் விழுங்கியது
பனி கொட்டும் தீவொன்றில்
பரதேசி ஆவதற்கா?

வாழ்வதற்கு வழி இருந்தும்
வாசல்கள் பல திறந்தும்
சலுகைக்குத் தலைசரியேன்
என்றன்று நடந்ததெல்லாம்
ஏன் நடந்தாய் வீணென்று
இன்றிவர்கள் கேட்பதற்கா?

என்னை விடு போகட்டும்..,
எத்தனை பேர் தம் வாழ்வை
அப்பிடியே கையிலள்ளி
ஆகுதியாய் வார்த்ததெல்லாம்
அழித்தவனோடு கூடி
ஆரத் தழுவுதற்கா?

வென்றால் மட்டுந்தான்
விடுதலைப் போராட்டம்
நன்றென்ற உந்தன்
ஞாயம், நியாயமில்லை
கன்றுகளை இழந்தலறும்
கண்களினைக் கண்ட பின்னும்

பசு தேடிப்பரிதவிக்கும்
பாலகவாய் பார்த்த பின்னும்
அசையாத உன்னெஞ்சின்
அழுத்தம், அழித்தோர் முன்
மசிவதன் மர்மந்தான்
மயிரளவும் புரியவில்லை..!

உன் வீட்டில் நடந்திருந்தால்
நீ பட்டுச் சிதைந்திருந்தால்
இன்றைக்கு நீ பேசாய் இணக்கமென,
ஏற்கின்றேன்
மறதியும் வாழ மாமருந்து தான்
அதற்காய்
அரணையாய் எப்படி
ஆகலாம் தோழனே..

இப்படியாக புத்தன் மறைந்தான்..

சுரக்கின்ற ஊற்றாய்
இதம் ததும்பும் குளிராய்
தன்னில் கரைந்துருகி
உயிராய் இருந்த
யசோதராவிடமும், மகனிடமும்
ஒரு வார்த்தை சொல்லாமல்
திருட்டுத்தனமாய் இரவில்
வீட்டை விட்டுத் தப்பியோடிய
சித்தார்த்தன்
என்புருக இவனைத் தேடி அவர்கள்
அழும் பொழுதொன்றில்
உலகின் முன்
அன்பைப் போதிக்கும் புத்தனான்

அவனுள் அறுத்துக் கொண்டிருந்த
அந்த முரண்நகை
ஒரு விதையை பிரசவித்த போது
அது துளிர்த்து வெள்ளரசானது
அவசர அவசரமாய் அதன்
கிளையொன்றை முறித்துக் கொண்டு
ஈழத்தீவில் இறங்கினாள் சங்கமித்தை
அவளன்று நட்டுச் சென்றது
அன்பின் கிளையல்ல
ஆற்றொணா வலியின்
முடிவற்ற துயரின் கிளை
காதல் வழியக் காத்திருந்தோரின்
ஏக்கம் நிறைந்த
கண்ணீரில் வளர்ந்த கிளை

பாவம் நிறைந்த கிளை
படர்ந்து அரசான போது
ஒவ்வொரு இலையின்றும் எழுந்த
தாயினதும், மகனினதும் தவிப்போலம்
காதைக்குடைய
தனியாளாய் வலியை
தாங்கொணாத புத்தன்
பூர்வீக மக்களிடம் அதனைப்
பிரித்துக் கொடுத்து விட்டு
காவிக்குள் மறைந்து
கரைந்தான்...

எம் வானின் தாரகைகள்..

நானென்றும் நீயென்றும்
நடக்கின்ற உலகத்தில்
நாமென்று வழி காட்டினீர் நம்
நாடியில் உணர்வூட்டினீர்

கூனாகிக் கிடந்த எம்
குலத்தினை நிமிர்த்தினீர்
குன்றாக்கி விளக்கேற்றினீர் எம்
கொள்கையில் நெய்யூற்றினீர்

இடியேதான் வீழ்ந்தாலும்
ஏனென்று கேட்காத
எம்மிலே செவி பூட்டினீர் எம்
இனத்துக்கு விழி நீட்டினீர்

நான் செத்துப் போனாலும்
நாம் சாகக் கூடாது
என்பதை வாழ்வாக்கினீர் எம்
எதிர்காலத் திசைகாட்டி நீர்

உம் வாழ்வுத் தடம் பற்றி
உருள்கின்ற எம் காலம்
தம் காலம் தனைஆக்குமாம் உம்
உயிர்ச்சோதி அதைப் பார்க்குமாம்...

மாலைச் சிவப்பும் மனசும்..

வன்னிப் பரப்பின் நிலமெங்கும்
வாய்க்காலிட்ட குண்டுகளின்
சின்னச் சிதறல் துண்டொன்று
சிதறிப் பறந்து சூரியனின்
கன்னம் உடையப் பட்டதனால்
கக்கும் சிவப்புக் குருதியிதோ..!

கொத்தாய் குலையாய் எம் மக்கள்
குடலை அறுக்கக் குருதி நதி
அத்தால் உள்ள கடல் நோக்கி
ஆறாய்ப் பெருகி ஓடியதன்
பத்தா வானநிறத்தைத் தான்
பருக சிவந்த கடல் மீது
இத்தால் மறையும் சூரியனும்
இறங்கச் சிவப்பாய் ஆனானோ..!

கொல்லக் கொல்ல தினங் குமையும்
கொதிக்கும் மனசின் தீ மூச்சாய்
செல்லக் காற்று அதைச் சுமந்து
சேர்த்த முகிலின் தீ குடித்து
உள்ளே பரிதி உடல் அவிய
ஒழுகும் நிணத்தின் நிறமீதோ..!

போரின் பின்னே பிள்ளைகளும்
போன இடத்தை அறியாமல்
ஆரும் இன்றி அணைப்பின்றி
அழுதே சிவந்த கண்ணெல்லாம்
ஊரைப் பார்க்க முடியாமல்
உற்றுப் பார்க்கும் வானத்தில்
ஏறி இந்தச் சிவப்பூறி
எங்கும் கண்ணாய்த் தெரிகிறதோ..!

கேட்பார் இன்றி இம் மண்ணில்
கிழிந்து கிடக்கும் விடுதலையை
மீட்பார் என்று தினமேங்கும்
மிகுந்த குருதி அழுத்தத்தால்
வாட்டம் மிகுந்து மனம் சோர்ந்து
வலிந்த விதியை நம்புகிற
ஊட்டம் குறைந்த எம்மினத்தின்
ஊழித் தீயும் இது தானோ..!

கண்ணைத் திறந்தால் எங்கணுமே
கல்லின் அறைகள் மீந்திருக்கும்
மண்ணில் பிறந்த மனமெல்லாம்
மாலை நேரச் சூரியனை
எண்ணும் விதமும் இது தானோ
இல்லை ஏதோ எனக்கு மட்டும்
கண்ணில் நோயோ கற்பனையோ
காட்சி மாயைக் கவிதையிதோ..!

காத்திருந்து பழகல்..

காலம் எனக்குக் கற்பித்ததொன்றே தான்
காத்திருத்தல், மூச்சு
கைகாட்டி எனை விட்டு
பார்த்துக்கொள் உனையென்று
படலையைச் சாத்தி விட்டு
போகின்ற வேளைவரை
பொறுமையாய்க் காத்திருத்தல்

கையறு நிலையும்
கை விரித்து பிடரியிலே
விரலூர வருடி
விடைபெற்றுச் செல்கையிலும்,
எச்சிலைக் கூட
இறங்கவிட ஒண்ணாமல்
இறுகிப்போய்த் தொண்டை
இரும்பாய்க் கிடக்கையிலும்,
காட்சிகள் மெதுவாய்க்
கலங்கி, ஊற்று வழி
நீர் கரைந்து இமை தாண்டி
நெஞ்சில் விழுகையிலும்
காத்திருத்தல், ஏனென்றால்
என்றைக்கும் இவ்வுலகில்
மெய்மை காத்திருக்க வேண்டும்..

∎

உயிர்த்தெழல்..

குண்டு துளைத்துத் தலை பிளந்து
சிதறிக்கிடந்த
நண்பனின் மூளைபோல்
வாசலில் கொட்டிக் கிடக்கும்
இந்தப் பனிக்காலத்திலும் கூட
நினைவுகளை
நான் பறிகொடுக்கப் போவதில்லை

கால மத்துக் கடைந்த
மனப்பாலில் திரண்டு பிறப்பது
சித்தப்பிரமை தானென்பதை
கொத்தாய்க் கொல்லப்பட்ட
என் மக்களின் காய்ந்த குருதியாய்
பழுத்து இலைகள் வீழும்
இந்தப் பருவத்திலும்
நான் நம்ப மாட்டேன்

குளிர் காற்றைக் கிழித்தபடி
கூட்டமாய்த் திரும்புகிறது பறவைகள்
பேச்சறுந்து போகிறது நாள்
ஏழாண்டு கடந்து இன்றிரவும்
என்னருகில் எவருமில்லை
அடிக்கின்ற அனற்காய்ச்சலுக்கு
கழுத்தில் தொட்டுப் பார்க்க
கையொன்று..?, வழமை போல்
வலக்கை இடக்கையைப் பிடித்து
வைத்துப் பார்க்கிறது
அதிகாலைப்புல் நுனியில்
ஆவியுயிர்த்த துளியை
படம் பிடித்த கண்மணி
இப்போது ஏனதனை
இமையோரம் உருட்டி விடுகிறது..?

எச்சில் தொண்டையால் இறங்கொணாது
இடறுகின்ற வேளையில் தான்
'உன்னுடைய பாரங்களை
என்னில் இறக்கி வைத்து இளைப்பாறென'
எங்கிருந்தோ வந்தவோர் தேவதூதன்
தாளில் எனையேந்தித் தாங்குகிறான்

இப்படித்தான் நிகழ்கிறது
உச்சம் தொடும் பெண்ணின் யோனியாய்
ஈரலிப்பாய், இதழிதழாய்
கவிதையொன்று அவிழ்கிற போது
உலகு உயிர்த்தெழுகின்ற
அதிசயம்..

■

உங்களை மன்னித்து அருளலாம்..

எங்கள் கனவு சுதந்திர வாழ்வு
உங்கள் ஆசை அகண்ட வேலி

வேலியை அகட்டும் வேலைக்கான
கூலியாய் எம்மை நினைத்ததன் பொருட்டு
கனவின் கைகளில் ஆயுதம் கொடுத்தீர்
ஒன்றை ஒன்பதாய் பிரித்தீர்
இருந்தும்
கனவின் தினவை கண்களில் ஏந்தியோர்
சொந்தக் கால்களில் நடக்கத் தொடங்கினர்,

புராணகாலப் பொழுதில் இருந்தே
உமக்கு நாம் தான்
போரும் புகைச்சலும்

கடல் தாண்டி நீவிர்
கதியால் போட வந்தவேளை
மீண்டுமொருமுறை
எங்கள் பூஞ்சோலை
உங்கள் வானரங்களால் பிய்த்தெறியப்பட்டது
அந்தப் பூக்களை தொடுத்தே நாங்கள்
ஏவியோன் கழுத்தில் மாலையை ஏற்றினோம்
சிதைதலின் வலி எத்தகையதென்பதின்
நினைவூட்டல் அது,

அதன் பின் காலம் சுழன்று
நிழலின் பின்னே
நிசமாய் அரசு நிகழ்ந்தது

எத்தனை உயிர்களின்
எத்துணை வலிகளின்
எத்தனை ஆண்டுக் கனவது
திடுமென
கந்தகப் புகையாய் கடற்கரையொன்றில்
கரைந்து போனதன்
காரியம் மிக்க காரணப் பொருளாய்
நீரும் இருந்தீர்,

ஐந்தொகை இன்னும்
சமப்படவில்லை

வெள்ளையன் கட்டிய
உங்களின் தேசம்
சுள்ளி சுள்ளியாய் உடையும் வேளையில்
எங்கள் குழந்தைகள்
பெரிய மனதுடன்
உங்களை மன்னித்து அருளலாம்

அதுவரை..

தனிமை நடக்கும் தன்னந் தனியே..

தனியே இருந்து பழகப் பழக
இனிமை அதிலே துளிர்க்கும்
ஓர்நாள்
இணைவோமென்று யார் வந்தாலும்
இடையில் தயக்கம் தடுக்கும்

என்னோடுள்ளே பேசிப் பேசி
என்னோடுள்ளே இன்பம் துய்த்து
என்னோடுள்ளே சிரித்து, அழுது
எனக்குள் நானே பொங்கித் தணிந்து
எனக்கோர் உலகை நானே வரைந்து
என்னை நடக்கப் பழக்கி அதிலே
எனக்கு நானே உறவு, குடும்பம்
என்றோர் மனதை அடைந்தேன்

இடையில்
எனக்கும் சாய ஓர் தோள் வேண்டும்
எந்தன் தலையை மடியில் கிடத்தி
பிடரி வருடும் விரலும், குரலும்
இருந்தாலென்று எண்ணம் தோன்றும்
அதுவும் பின்னர் மேகம் போல
வடிவம் மாறிக் கரையும், மறையும்

முடிவில்
பட்டுத் தெளித்த பதத்தை அடைந்து
கிட்ட நெருங்க யார் வந்தாலும்
விட்டிடை வெளியில் இவர்களும் என்னை
தட்டி வீழ்த்தி ரசிப்பரென் றச்சம்
எட்டத் தள்ளியே நிறுத்தும்,
போதை
உற்றுப் பழகி மகிழ்ந்தவன் அதனை
விட்டுச் செல்ல விரும்பானென்பதாய்
தனிமைப் போதை இன்பம் மாந்தி
இனிமை அதனுள் எய்தி, பழகி
இனிமேல் வாழ்க்கை இதுவென்றறிந்து
தனிமை நடக்கும் தன்னந் தனியே..

■

அந்தியேட்டி ஏவறை..

வந்தான் வாழ்ந்திருந்தான் அவ்வளவே
போன பின்னும்
வாழ்வான் என்பதெல்லாம்
வாய்குதப்பும் வெற்றிலை தான்
அந்தியேட்டி ஏவறையாய் அதுவும் போம்
பின்னரென்றோ
பிள்ளை ஒருவேளை
பின்னுள்ள பெயருக்காய்
எண்ணலாம், அதுவும்
மழைப்பாட்டம் ஓய்ந்த பின்னால்
குழையாலே வடிகின்ற நீர்..

■

சிறகை ஒடுக்கும் பறவை..

வானம் புரியாத
வறள் நிலமாய் வாழ்க்கை
வலுவிழந்தும் வளையாக் கற்றாளைத் திமிராக
மானம்,
மனசோ கற்பாறைதானெனினும்
மலர்ப்பிஞ்சு வேர்விரல்கள்
மார்தடவ பிளக்கிறது

பருவம்மாறத் திரும்புதற்கு
பறந்து வந்த
பறவைக்கும் உடல்
பலமிழந்து போகிறது
உருவமும், உளக்கட்டும்
உடைந்து நரைக்கிறது
உற்றிருந்த உறவுகளும் ஒன்றுமின்றி விலக
தெரிவுகளும் இல்லை
திரும்பியேனும் செல்வதற்கு
தெருக்களும் இல்லை, தெளிவில்லை
தெரியவில்லை

தெரிகிறது
பறப்பினிமேல் முடியாத
பாரமுணர் பறவையொன்று
கற்பாறைகள் உள்ள
ககனத்தின் மேற்பறந்து
இயன்றவரை மேலே
ஏறி உயர்ந்து விட்டு
அடிக்காமல் சிறகுகளை
அத்தோடு ஒடுக்கிற்று..

நான்கு விழுப்புண்கள்..

மாவீரனே..
கடலுக்கும் ஆறுக்குமான இடைவெளி
உன் கனவு
மிகுந்த மேடுகளும் அதிகம் பள்ளங்களும்
கட்புலம் மங்கலாயினும்
கடலோசை
காதிற் கேட்ட படியே இருந்தது
இயன்றவரை நீயும் ஏறி இறங்கினாய்
நீ சென்ற வழியெங்குமின்று
திட்டுத் திட்டாய்
தேங்கிக் கிடக்கிறதுன் தீர(ரா)க் கனவு
எட்டமுடியவில்லைக் கடலை, எனினும்
என்றேனும் ஓர்நாள்
இதே வழியில் ஓராறு எட்டலாம்!
அதுவரையில்
நினைப்போர் வாழ்நாளுள்
நீயும் நின் பாதைகளும்

போராளியே..
தலைப்பயணி முன்னில்லாத்
தவிப்பும்
சகபயணி போய்விட்ட
சலிப்பும்
ஏன் பயணம் தொடங்கினாயென
இடிந்து போயிருக்கிறாய்
இப்படித்தான் இந்த உலகு
இலக்கை நீ எட்டினால்
வழிகாட்டியென்றும்
இல்லையேல்
குழிகாட்டியென்றும்
குறிப்பிடும்
இடையில் நீ பட்டதெல்லாம்
என்றைக்கும் எண்ணாது
இப்படித்தான் தோழா உலகு

மக்களே..
பாய்ந்துவரும் வல்லூறு பார்க்காமலிருக்க
குஞ்சுகளை இறக்கையுள் ஒளிக்கும்
கோழியாய்
உட்பாவடையுட் கூட
ஒளித்துவைத்துக் காத்தீர்கள்
நீர்க்கடன் செய்யத்தான்
கடற்கரை போனோமென
எவருந்தான் எண்ணியிருக்கவில்லை
பெற்று நீர் வளர்த்த பெருங்கனவு
தசைத் துண்டங்களாய்
சிதறிப் போய்க் கிடந்தது
கொள்ளிக் கட்டைகளாய்க்
கொட்டுண்டு கிடந்தது
கொள்ளி வைக்க ஆளில்லாக் குறைக்கோ..?
இழந்தும், இழந்தும்
எல்லாமாய் நீர் இருந்தீர்

பூர்வீக தேசமே..
தேசங்களை ஈன்ற தாயின் வயிற்றில்
இந்தா பிறக்கிறேன் என்பதாய்
உப்பித் தெரிந்தாய்
நாமும் பிரசவம் பார்க்க
கொத்தாய் குலையாய்
குடும்பங் குடும்பமாய்
எத்தனை கொடுத்தும்
இன்னுமுன் பிறப்போ
சத்தமே இன்றிக் கிடக்குது
இன்னமும்
ரெத்தங்கண்டு மொண்டு தான் பிறப்பியோ..?
கொடுப்பதெம் பணி
பிறப்பதுன் கடன்..

இந்த நாள் – மே 18

இறுதியில்
கூட்டாகக் குதித்து இழுத்திருக்கலாம்,
தூரத்தில் வானுயர வெடித்தெழுகிறது
தீப்பிழம்பு,
ஆழ ஊறிப்போயிருந்த
ஆத்ம விசுவாசத்தின் கண்களுக்கு
அதன் ஜோதியில் கலந்து
மேலெழும் ஆன்மாக்களைத் தெரிகிறது போல,

ஏதோ ஒன்றை புரிந்து விட்டதுவாய்
எஞ்சியிருந்த நம்பிக்கையும்
தன்னை மீறித் தகர்ந்துடைந்து
தொண்டை கட்டி நா வறள
கண்களால் வடிகிறது

செந் நாக்குகளாய் மேலெழுந்த உயிரோர்மம்
மெல்ல மெல்லக் கரும்புகையாகி
கண்முன்னே கலைந்து சென்ற நாளிது

நாள் மறுநாளாகி
வாரம், மாதங்களாகி
ஆண்டுகள் உருண்டோடியும்
வசந்தம் வரும்வரை
ஓரிழையில் தொங்கியபடி காத்திருக்கும்
ஏதோ ஒரு பறவையின் கூடாய்
எம் கனவும், வாழ்வும்..

■

பறப்பெனும் பரவசம்..

அரவமற்ற அகண்ட பெருவெளி,
உயரமாய் ஒற்றை மரம்
காட்சி உறைந்து பேயறைந்து போயிருக்கிறது.
இதுதான் சூனியமோ என
எண்ணி விடுவதற்குள்
எங்கிருந்தோ ஒரு பறவை
சிறகை அடித்து வெளியுள் நுழைய
உறைந்திருந்த காட்சி உயிர்த்து
இருக்கிறாளா என
தெரியாமலிருந்த காதலியை
எதிர்பாராமல் கண்டுயிர்த்த பரவசமாய்
உலகின் அழகிய காட்சிகளில்
ஒன்றானது.

எல்லைகள் அற்று
எவருக்கும் பதிலுரைக்க தேவையற்று
எங்கும் பறக்க முடிகின்ற
கட்டற்ற சுதந்திரத்தின் அழகில்
எல்லாமே உயிர்த்து விடுகிறது.

பறப்பைப் போல் பேரழகு
பாரினிலே இல்லையடி..

வளவொன்று வாசல் இரெண்டு..

ஓர் வளவில் குடியிருந்தோம்
எனினும் எப்போதும் எமக்கு தெரியாமலேயே
பின் வேலியில் பொட்டொன்றை வைத்திருந்தீர்கள்

உங்கள் ரகசிய நடமாட்டங்களின்
காலடிச் சத்தங்கள்
எங்கள் பிடரியில் கேட்கத் தொடங்க
எதேச்சையாகத் தான் கவனித்தோம்
விசாரிக்கத் தொடங்கிய வேளை
அருகம்புல்லாய் படர்ந்து கொண்டே போனது
எமை நீர் அறுப்பதற்கு தயாரான
ஆயிரம் தடயங்கள்

கிழக்கிலும் நீரெம்மை
கிழித்துத் தொங்கவிடும்
மரணத்தின் சாக்குரல்கள்
அடிவயிற்றில் புரளத் தொடங்க
வேறு வழியெதுவும் இருக்கவில்லை

கீறலோ, கிழிதலோ இன்றி
அப்போதைக்கான அவகாச ஏற்பாடாய்
விலகிச் செல்ல வேண்டிக் கொண்டோம்
அதன் பிறகு ஆயிரம் நடந்தது போனது
குலை குலையாய் எமையழித்து
அதைக் கொண்டாடும் அளவுக்கு
நிகழ்த்திக் காட்டினீர்கள்
எதிரியிடம் கூடக் காணாத வன்மமது

ஆயினும்
இப்பாலிருந்து மன்னிப்பும் இணக்கமுமென
எத்தனை முறை, எத்தனை பேர்
பலமாயிருந்த போதுகூட பல தடவை கேட்டோம்

அப்பாலிருந்தோ
ஒரு வார்த்தை, ஒரு வருத்தம்
ஒப்புக்குக் கூட ஒரு சொல்தானும்
என்றும் எழுந்ததில்லை,
இருக்கட்டும்.

எமக்கிடையே விருட்சமாகி நிற்கும்
இந்த பெருமரத்தின் விதையில்
எவரால் குரோதம் பதியம் செய்யப்பட்டது..?
எங்கள் கனிகள் உங்களுக்கும்
உங்கள் கனிகள் எங்களுக்கும்
எப்படி விடமாகிப் போனது..?

இவ்வளவின் பின்னரும் கூட
பற்றி எரிவதைப் பார்க்கிற போது
ஓடி வந்து தோள் கொடுப்போமென்று
உன்னிய போது தான் தெரிந்தது
எதிரியுடன் சேர்ந்து
எங்கள் கால்களையும்
நீங்கள் முடமாக்கி விட்டீர்கள் என்பது..

இரெண்டாம் வானம்..

என்னைக் கொண்டாள்
என்னையே கொண்டாள்
தன்னைத் தந்தாள்
தன்னையே தந்தாள்
முன்னைப் பிறப்பின்
மூண்ட தீ முழுதும்
தண்ணீராய்க் குளிர்ந்து
தணிந்தது, என்றுமே

வானம் பரந்தது
பன்மையில்லாது என்கிற
ஞானம் வாழ்விலும்
உண்மையா? இவ்வளவும்
வானமாய்த் தெரிந்தது
வழியிடை மாறிட
நானுளேன் என்பதாய்
நாணுமோர் வானமென்
கானமில் வாழ்வினைக்
கண்டெனை மொண்டது
போனவோர் பிறப்பதன்
பூத்தலா? இல்லையென்
வழமைப் பிரமையா?
வாழ்க்கையின் வழுக்கலா?
இளமையின் சாகிற
ஏக்கமா? அறிகிலேன்

பிறப்பைக் கொடுத்தவா! பின்னரென் வாழ்வினை
இறப்பினில் தோய்த்து எடுத்தவா! - உறுப்பென
ஒட்டியே வாழ்வுறும் உறவொன் றெனக்கும்
கிட்டிடா விழுவனோ கீழ்..?

■

அதன் பிறகு..

அதன் பிறகு
குருத்து முளை விட்டு
பிஞ்சு பிடிக்கத் தொடங்கியது
மிடுக்கான அடர் பச்சையாகி
இலை அகன்று
பார்த்துக் கொண்டிருக்கும் போதே
பழுத்து பொன் நிறமாகி
ஒவ்வொன்றாய் அவிழ்ந்து விழ
வார்த்தைகளில் வடிக்கவொண்ணா
அத்துணை வெறுமையாய்,

ஒவ்வோர் பொற்காலத்தின் பின்னும்
இருண்ட காலமொன்று
இருந்தே தான் ஆகுமென்பதன்
வடிவந்தான் இஃதோ..?

மேனி தளதளப்பாய் மினுங்க
மீண்டும் குருத்து, அதே வெறுமை.
சுழல்வது தெரிகிறது

இப்படி எத்தனை சுழற்சிகள் போயின,
ஆயினும்
கடந்து செல்லும் ஒவ்வொரு
கணத்தின் நிழலிலும்
அதன் பிறகான இங்கிதக் குளிர்மையை
இன்றுவரை என்னால்
எண்ணவே முடிவதில்லை..

தான் தோன்றி..

மகன்
மீனை மட்டுமே வரைந்தான்
கடல்
அதுவாகப் பெருகியது..

அவன்
இலையை மட்டுமே வரைந்தான்
வனம்
தானாக வளர்ந்தது..

எழுதி வைக்கப்பட்டவை..

மேட்டிலும் பள்ளத்திலும்,
எழுந்திறங்கி வளைந்து செல்லும் விரைவோட்டத்திலும்,
எதுவுமே ஆகாமல்
நதியில் நீண்டு பயணித்த நீர்க்குமிழி
ஒரு திருப்பத்தின் மூலையில்
மென்மையாய் வீசிய குளிர் தென்றலுக்கு
படாரென உடைந்து போவதில்லையா

அப்படித்தான் எல்லாமும்..

எதுவுமில்லை கேளடா..

ஆண்டு என்பதேதடா
அடுத்த நாளும் ஏதடா
நீண்டு செல்லும் நினைவு என்னும்
நீளவீதி தன்னிலே
நேரம் காலம் இற்று வீழ
நித்தியம் பிறந்த பின்
மாண்டுபோதல் ஏதடா
மலர்ந்து தோன்றல் ஏதடா

வாழ்க்கை என்பதேதடா
வசந்தமென்பதேதடா
பாழும் காலம் பாதி நாளை
பற்றியே எரித்த பின்
மாளும் போதும் மனதுரைக்க
மனிதரற்றுப் போன பின்
நாளை என்பதேதடா
நடக்கும் என்பதேதடா..

புல்லாங்குழல்..

உதட்டில் உதட்டைப் பொருத்தி
நாத வளைவுகளில்
எங்கெங்கு எது தேவையோ
அங்கங்கு விரலை ஊர விட்டு
உயிர் மூச்சை ஊத
உன்மத்தமாகி உருகி
அமுத இசை சொட்டி சிலிர்க்கிறது

புல்லாங்குழல்..

மறைவதெல்லாம் காண்பமன்றோ..

நாட்கள் ஓடி நரைத்தாலும்
இன்னும் கமழ்கிறது
நாசியில் காட்டின் வாசனை

எறிகணைக்கு பாதி முறிந்தாலும்
இன்னும் நிமிர்வாய் நிற்கிறது
மனசில் ஒற்றைப் பனை

வற்றிப் போனாலும்
இன்னும் ஓடிக் கொண்டிருக்கிறது
நினைவில் வழுக்கை ஆறு

மௌனித்துப் போனாலும்
இன்னும் பேசிக் கொண்டிருக்கிறது
காதுகளில் விடுதலைக் குரல்..

சமதரை..

உலகைக் காணும் உயரத்துக்கோ
உலகு காணும் உயரத்துக்கோ
எப்படியேனும் செல்ல வேண்டியது
உண்மைதான்,
மலை உச்சி எனினும் நிற்பதற்கு
சமதரை வேண்டுமல்லவா..?
அங்கிருந்து நீ செப்பனிடு
இங்கிருந்து நான் செப்பனிடுகிறேன்
வரைபடத்தில் கூட
தேசம் எல்லைகளில் நடுங்கக் கூடாது

எந்தப் புயலும், வெள்ளமும் இனிமேல்
எதனையும் பிரட்ட முடியாத படிக்கு
அத்தனை தெளிவாய், ஆழமாய்க் கீறு
உயர ஏறி நிற்பதென்பது
நீயும், நானும் தனியாய் நுனியில்
அடையாளத்துக்காய் நிற்பது அல்ல
அதன் பின்னரும், பின்னரும் கூட
இனமாய் சேர்ந்து ஊழிவரைக்கும்..,

உலகைப்பிரட்ட உலகின் வெளியே
துண்டு நிலமும், நெம்பும் கேட்டதன்
அர்த்தம் உணர்வாய், ஆதலால்
வேண்டுமோர் சமதரை
மீண்டும் எழுவோம்..

தேசத்தின் விதி..

உயிர்கொடுத்து முயன்றாலும்
உரியநாள் வாராமல்
பயிர் நிலத்தைப் பிளக்காது
எயிலேறி
கொடியேற்றினாலும்
குறித்துள்ள நாளுக்கே
விடியுமாம் தேசத்தின் விதி

ஏன் வாழ்தல் இன்னும்..?

கொடிது கொடிது
தனிமை கொடிது
அதனிலும் கொடிது
அன்புக்கேங்கல்
அதனிலும் கொடிது
அதை உறவெள்ளல்
அதனிலும் கொடிது
இழக்க எதுவுமே இல்லையென்றான பின்
இன்னும் மூச்செழுந்திறங்குதல் தானே..

கணச்சூடு..

காலத்தின் கைபட்டுக்
கரைந்துவிடாப் பொருளேதும்
ஞாலத்தில் இருக்கிறதா? காயத்தில்
கணப்பாய் இருக்கின்ற வெப்பம் போல்
உலகிலுள்ள
அத்தனை பொருள்களிலும்
அதனளவுக்கேற்ற படி
பற்றி இருக்கிறதா வெப்பம்?
ஆயின் காலமெனல்
உள்ளேறி வெப்பம் வெளியேறும்
இடைவெளியா..?
தகிக்கிற தேகம் தணிகிற போது
முடிந்து விடுவதா காலம்?

கணச்சூடா காலத்தின் அளவு கோல்..?

பலம்..

பலமே உலகத்தின் ஒழுங்கும், நீதியுமாம்
பலமே ஓரினத்தின் வரலாறும், வெற்றியுமாம்
பலமே எமக்கான சூரியனாம், எழுகதிராம்
பலமே என்றைக்கும் எம்முடைய விடுதலையாம்..

உணர்த்தல்..

பூக்கள் நிறைந்த வனத்தையும்
இலைகள் உதிர்ந்த மரத்தையும்
பசுமை செழிக்கும் நிலத்தையும்
காய்ந்து வெடித்த குளத்தையும்
பார்வைக் கதிரில் பட்டுத் தெரியும்
உலகின் அத்தனை படைப்பையும்
எப்படிப் பார்ப்பது என்கிற படிப்பை
வாழ்க்கை அனுபவம் மட்டுமே அல்ல
ஒரு சிலவேளை
ஒற்றைக் கவிதையின் ஓரிரு வரிகளே
உணர்த்தி விட்டுச் சென்றிடும் நண்ப..

அடைவேன்..

கையில் மின்மினி
திசைதெரியா அடரிருட் காடு
ஒருநாள் இலக்கடைவேன்..

காணும் கொள்ளேன்..

விடைபெறும் வேளையென்ற
விதியதன் கால்களெந்தன்
உடலினுள் யானைபோல
ஓடுது, ஓசைகூடி

செவியிலே கேட்குமிந்தச்
சீவனின் வாழ்வு நீளம்
புவியினில் அதிகமில்லை
புரியுது, இருந்துமேன் தான்

எழுகுதோ எச்ச மூச்சு?
எதுவித பயனுமற்று
நழுவுதோ நாட்கள், காலா
நடைப்பிணவாடை எந்தன்

பிடரியில் தாக்கித் தாக்கி
பிய்க்குது, போதுமிந்த
உடற்கனம் தாங்கவொண்ணா
உபாதை, காணும் கொள்ளேன்..

எழும் காலம்..

தொடர் அடிகளால்
மூச்சுத் திணறிப் போயிருக்கும்
மக்களை நோக்கி
இதில் ஏதாவதொரு விரலை தொடுமாறு
கையை நீட்டியது அந்த மிருகம்

சென்றமுறைத் தெரிவுதான்
இன்றுவரையும் எம்மை இம்சை
செய்கின்றது என்றெண்ணி
அதற்கு முதல்முறை தெரிந்த விரலை
தொடுவதற்கு எண்ணிய போது
அதனைத் தெரிந்த ஐந்தாண்டுகளும்
பட்ட பாடு
அடிவயிற்றை முறுக்கி பிழிகிறது.

ஆயின் எந்த விரலைத் தொடுவது..?

எதைத் தொடினும்
விரல்கள் பிணைக்கப்பட்டிருக்கும்
கரம் யாருடையது?
எந்த மூளையின் உத்தரவுக்கு
அந்தக் கரம் இயங்கும்?

எமக்காய் இயங்கா மூளையின் கரங்கள்
எமக்காக இராது என்கின்ற போது
இதனுள் ஒன்றை எப்படித் தேர்வது?

இதற்குள் மட்டுமே உங்கள் தேர்வென
மிருகம் மூர்க்கமாய்
மிரட்டலாம், கொல்லலாம்

இவ்வளவு நாட்களாய்
எம்முடன் இருந்தாரா
என்றறியா எவரோ திடீரென
அந்த விரல்களை முறித்து
மக்களே
இதையெலாம் தாண்டும்
காலம் இது தான்
எழுக! என்றெழுவர்
அவருள் இருந்தே
நாம் தொடும் கரங்கள் உயரும்

நடக்கும்..

மயான அமைதி..

கடற்கரையின் வல்வளையத்துள்
குடும்பம் கொன்றழிக்கப்பட்ட பின்
எஞ்சிப் போனவனின் அமைதியாய்

பசிப்பது வயிற்றுக்குப் பழகிப்போன
போரின் பின் புறக்கணிக்கப்படும்
போராளியின் அமைதியாய்

காணாமல் போனவரை
காண்பதற்காய்க் காத்திருந்து
ஏக்கம் மட்டுமே எஞ்சி
இறந்து போனோரின் அமைதியாய்

எறிகணையால் சிதறிப்போன கிராமத்தினது
தபால் பெட்டியின் அமைதியாய்

இன அழிப்பு செய்யப்பட்ட
தமிழினத்தின் நிலத்தில்
உருவாக்கப் பட்டிருக்கிறது அமைதி
மயான அமைதி

எழுத்தெனப்படுவது யாதெனில்

சாளரத்தின் வெளியே
பரந்து விரியும்
பச்சைமரகதப் போர்வையையும்
அதனை ஆரத்தழுவும் தொடுவானையும்
இமைகளை அகல விரித்து
அவனது கண்கள் பார்க்கிறது,
பறவைகள்
வெளியைக் கடக்கும் வேளை
இமைக்க மறக்கிறான்,
ஒன்றிக் கரைந்தவனாய்
உடல்மொழி மாற
எதையோ எழுதுகிறான்,

ஒவ்வொரு வரியிலும்
காட்சியின் நிறம் ஊறுகிறது
கறுப்பு வெள்ளையில்
வண்ணங்கள் எழுகிற மாயாஜாலம் எழுத்தில் மட்டுமே நிகழும்
போல!

அறையில் மெல்லிதாய் மலைப்புல்லின் வாசம்
நாடியை நிமிர்த்தி
மூச்சை ஆழ உள்ளிழுக்கிறான்
எழுத்தில் உயிர்த்த காட்சியிலிருந்து
வாசனை கசிகிறது

மலையில் ஓடும்
குதிரைகளின் குளம்பொலி
நெஞ்சுள் கேட்கத் தொடங்கிய வேளை
எம்மைச் சுற்றி உயிர்பெற்றெழுந்தன
எழுதிய காட்சிகள்

அதிலிருந்து வழியும் அருவியில்
நீராடிச் சிலிர்க்கிறோம்,
நானும், மகனும்
இன்னும் சில குருவிகளும்..

∎

இவன் இப்படித் தான்..

அன்பெனும் காற்று
அடித்தால் அந்நொடியே
என்புருகி நெகிழ்வேன்
எனை மறப்பேன், உமக்காக
எந்நிலைக்கும் இறங்கி வந்து
எனைக் கொடுப்பேன், என்வரையில்
அன்பெனப்படுவது மரியாதை
அதற்கேதும்
ஊசி முனையளவேனும் உறுத்தினால்
அவ்வளவே,
அடுத்ததொன்றில்லை
அகன்று விரைவாக
எடுத்தெறிந்து போவதன்றி
ஏதும் வழி அறியேன்

இவன் என்றைக்கும் இப்படித் தான்
இயலுமெனில் வரலாம்
இல்லையெனில் அதோ படலை..

இப்படியாகத்தான் தேசங்கள்..

பாறை படர்ந்துளதா
ஓங்கி அடி
ஓங்கி இன்னுமோங்கி
வெட்டிரும்புக் கூர் வெம்மையேறி
கூர் நெளியும், பதறாதே
இன்னும் வெம்மையேற்றி
கூராக்கு
மீண்டும் ஓங்கியடி
உன் காலத்தில் உடைத்தல்
நிகழாமல் போகலாம்
சந்ததியிலொருவன்
கையேற்பான் அந்தக் கடமையை,

ஓர்மத் தினவில்
அவன் மீண்டும் மீண்டும் ஓங்க
ஒருநாள் பாறை பிளக்கும்

உலகெங்கணுமே இப்படிதான் உருவானது
பாதையும், பயிருமென
நிலத்தை பண்படுத்தி
தேசங்கள்.

நீ மட்டுமே அல்ல..

வெகுகாலத்தின் பின் அந்தப் பாடலை
குளியலறையில் முணுமுணுத்த போது
கண்ணாடியில் படிந்த நீராவியின் மீது
எவனோ ஓர் ஓவியன்
உருவமொன்றை வரைந்திருந்தான்
ஓ.. அது நீயே தான்

அதே போலவே
விரல்களுக்குள் விரல் கோர்த்து
நெட்டி முறிக்கிறாய்
கள்ளலைகள் பாயும் அந்தக் கண்கள்
இமைக்கரத்தை நீட்டி எனை
இறுக அணைக்கிறது,
அதே தலை சரிப்பு, சிரிப்பு
தாழம்பூ நாகம் போல்
கன்னத்தில் சுருளும் கற்றை முடி

வெம்மைப் பெருமூச்சின்
வெக்கையை நான் உணராமல் இல்லை
மீசைப் பொன்முடிகளில் கோர்த்திருக்கும்
வியர்வை மணிகள் தான் எத்துணை அழகு
அதிலிருந்து அவிழ்ந்த ஓர் முத்து
படபடப்போசை பலமாய் கேட்கும்
மார்பில் விழ எத்தனிக்கிறது

நேரமாச்சு வெளியில் வா
குறுக்கிட்ட குரல் கேட்டு திடுக்குற்று
குழாய் நீரை நிறுத்தினேன்

இரெண்டு வினாடிக்குள் கரைந்து போகிறது
இரெண்டு தசாப்தங்கள்
பாடுவது நின்று போக
கண்ணாடியைப் பார்க்கிறேன்
கரைந்து கொண்டிருப்பது நீ மட்டுமே அல்ல..

மர வளையம்

வெட்டப்பட்டு வீழ்ந்து கிடக்கும்
மரங்களைப் பார்க்கும் போதெல்லாம்
தியாகத்தாலும், உழைப்பாலும்
கட்டப்பட்டும் ஏனோ வீழ்ந்துகிடக்கும்
எம் கனவு தேசமே கண் முன் வரும்

காட்டாற்று வேகத்தை
கடும் வறட்சியை
பூட்டிக் கிடக்கின்ற கற்தரையை
வெட்டிப் பிளந்து வெளிவந்தும்
சுற்றி நிற்கின்ற
சூழ்ச்சிகளைத் தாண்டி
உயர்ந்து கிளையகட்டி
நிமிர் விருட்சமாகும் வரை
எத்தனை கதைகளினை
காலக் குறிப்புகளை
ஏந்தி வந்திருக்கும் அந்த மரம்

அறுக்கப்பட்ட குறுக்கு வெட்டில்
தெரியும் ஒவ்வோர் வளையமும்
அதன் பாதச் சுவடென்பர்
பார்க்கத் தெரிந்தோர்
ஒவ்வோர் வட்டத்துள்ளும் வாழும்
ஓராயிரம் கதைகளை
எவரேனும் என்றேனும்
எழுதியதுண்டா..?

இடையனாய் இருந்த
கவிஞனொருவனின் காதுகளுக்கு
கன்றைக் கண்டவுடன்
பசு மடிக்கு பாய்ந்தோடி வரும்
பாலாற்றின் இனிய
சங்கீதம் கேட்குமாம்

கற்காலக் குறியீட்டை
கண்காணாக் காலத்தில்
விண்வெளியில் அசையும்
விந்தைகளை எல்லாம்
கற்றுக் கொள்ள எண்ணும்
மனிதன் ஏனின்னும்
தன்னோடு வாழும்
தனக்கின்னும் மூச்சுத் தரும்
மர வளையம் சொல்லும்
வரி எழுத்தைக் கற்கவில்லை ?
படியெடுக்க முயலவில்லை..?

என்றைக்கு எவனால்
இதையறிய முடிகிறதோ
அன்றைகே அவிழும்
ஆதி நீரூற்றின்
அவிழாத புதிர் முடிச்சும்
அதன் பின் எழுந்தவற்றின்
அத்தனையும்..

■

எதிரிக்கான மொழி..

கையறுநிலைக்கும் கையறுந்து
சிறையை நோக்கி
குழந்தை நடக்க தொடங்கிய போது
நிலம்
எப்படிப் பிளக்காமல் இருந்தது..?

அடி வயிறெரிந்த
அப்பாவித்தனத்தின் வெம்மை
கண்களில் இருந்து அவிழ்ந்து
நிலத்தில் உருண்டபோது
எரிமலையொன்று அவ்விடத்தில்
எழாமல் இருந்தது எங்ஙனம்..?

அவ்வாறாய் நீ எண்ணுவையாகின்
அவிந்த எரிந்தமலை இல்லாத் தெருவே
எங்கள் மண்ணில் இல்லையே நண்ப

எத்தனை ஆண்டாய்
எத்தனை தடவைகள்
எத்தனை குழந்தைகள்
எத்தனை பெற்றோர்
இப்படி நடந்து களைத்துப் போயினர்..?
ஆயின்
என்னதான் முடிவு என்கிறாய்..?

எமது மண்ணின் அரசியற் தன்மைக்கு
வேட்டி அரசியல் என்பது
அதிகம் போனால்
இழவு வீட்டில் விளக்கு திரிக்கு
கிழிக்க பயனுறும்,
விளங்காதென்பதை அறிந்தே ஆயுதம்
துலங்கி மறைந்தது.
அதுவும் மறைந்ததா அடுத்தது என்ன..?

ஆயுதம் வரைந்த தேசத்தின் மாதிரி
ஆயுதம் வரைந்த அறிவின் நிச வழி
ஆயிற்று, எங்கள் மரபணு ஆயிற்று
ஆயுதம் என்பது ஆயுதம் அல்ல
ஆயுதம் என்பதும் அரசியல் தானே

ஆகையால் நான் சொல்வது எதுவெனில்

எந்த மொழியைக் கேட்டால்
எதிரியின் செவிக்கு
கேட்கும் சக்தி கிடைக்குமோ,
எந்த மொழியைக் கேட்டால் எம்மவர்
சொந்த மண்ணின் சூட்டை உணர்வரோ,
எந்த மொழியில் பலமாய் இருந்தால்
உலகை இயக்குவோர்
வந்து எங்கள் வாசலில் நிற்பரோ
அந்த மொழியே அடுத்தும் வழியென
அறிவோமாயினும் அவற்றுள் இருந்து
விட்ட தவறுகள் திருத்தி விரைவில்
விழித்துக் கொள்ள மறந்தோமென்றால்
நடக்கப் போகும் நாசம் பார்க்குமுன்
இன்றே செத்துப் போவது நன்று..

கரையேறுமெங்கள் கனவு

வாழ்வினை, உயிரை
வழித்தெடுத் தெமது
வாழ்நிலம் செழிப்பதற்கென்று
வழங்கிய எங்களின் மானமாவீரரே
வயலெலலாம் உங்களின் கனவு
வண்டலுள் உரமாய் வாழுது, ஒருநாள்
வளர்ந்தெழும் எங்களின் பயிர்கள்
உண்டெழும் உம்மை ஊட்டமாய்,
விடுதலை உயிர்பெறும்
தமிழ் நிலம் மலரும்.

சாவெனத் தெரிந்தும் சந்ததி நினைந்து
சரித்திரமானவர் உழைப்பு
சாவென எம்மை சரித்த இவ்வுலகின்
சக்திகள் நலனினைத் தாண்டி
ஆவென அவரே அதிசயிக்கும்படி
அத்துணை அர்த்தமாய் மலரும்

அரசியற் பலந்தாண்டி ஆன்மபலம் வெல்லும்
கரையேறு மெங்களின் கனவு..

■

இதுதான் எங்கள் அழகிய தேசம்..

எத்தனை ஆண்டுகள், எத்தனை உயிர்கள்
எத்தனை வலிகள், எத்தனை இழப்பு

இத்தனை கண்டும், இத்தனை பட்டும்
ஒத்துழைத்தோட முடியுமா அவரொடு?

மானம், ரோசம் வேண்டாம் மனசில்
மனிதம் கூட இல்லையா? அடிப்படை
உளவியலின் படி பார்த்தாலேனும்
கொன்றவனோடு கூட இருப்பது
ஒன்றாய் நடப்பது, உறங்கி எழுவது
எப்படிச் சாத்தியம்?

நல்ல ருசிக்கு
நாக்கு நரம்புகள்
சில்லிட்டிருக்கலாம் உனக்கு
அதற்காய்
பல்லுக் கூசும் படியாய் எப்படி
நரம்பே அறுந்து இப்படிப் பேசுவாய்?

எண்பதிலேயே யுகப்பிரிகோடு
இனப் பிரிகோட்டைக் கிழித்தது
அதன் பின்
'ஒண்டுக்கிருத்தல்' என்பதுவெல்லாம்
உடைந்த கண்டத்தகட்டை மீண்டும்
ஊம்புதல் மூலம் ஒட்ட நினைத்தலே

தனக்கு ஒரு காலம் தானே வரையும்
தனக்கெனப் பிறப்பை தானே எழுதும்
தனது வருகை தானே அறியும்

அதற்கொரு தலைமையை அதுவே தெரியும்
அதுவரை
விடுதலையென்னும் விதை தனக்குரமாய்
ஆண்டுகளாக அழுத கண்ணீரை
அதிசயிக்கின்ற போரியல் நெறியை
அதற்காய் பிள்ளைகள் கொடுத்த தம் வாழ்வை
அத்துணை இழப்பை, ஆசையை, தேவையை
சத்துள ஊட்டமாய் எடுத்துள் வளர்ந்து
கற்தரை பிளந்து விருட்சமாய் நிமிரும்

அதுவே விடுதலை
அதுவே கனவு
அதுவே எங்கள் அழகிய தேசம்..

போர் தின்ற வாழ்வு..

இப்படியாய் ஆகுமென்று
அறிந்திராத அந்த மாலையில்
திடீரென அறைக்குள் வந்த நீ
காதல் ததும்ப அவனைக்
கட்டி அணைத்தாய்

அணைப்பின் கதகதப்பு ஆறுமுன்னர்
கதவு தட்டும் ஒலி
உள்ளே நுழைந்தவர்கள்
கைத்துப்பாக்கியை அவன்
கழுத்தில் அழுத்திய போது
என்ன செய்யலாமென நீ
எண்ணுவதற்குள்,
தாமதிக்கும் ஆபத்து தவிர்க்க
கடுவனைப் பார்த்துக்கொள் என்றபடி
உன் கையை இறுக்கி அழுத்திவிட்டு
இறங்கிச் சென்றான்

இப்படியாய் போய் மறைந்தோர்
எப்பொழுதும் வந்ததில்லை,
எல்லாம் முடிந்துவிட்டதென
இருந்த நாளொன்றின் நள்ளிரவில்
உயிருள்ள பிணமாயவன் உன் முன்னே!,
அப்போதில் எவரிடமும் இருக்கவில்லை
சொற்களும், நேரமும்,
ஊழைக் காற்றைக் கிழித்தபடி
பறந்ததவனோடு படகு.

பின்னரவன் மீண்டும்
கம்பி வரிந்த இருளறையிலெனவும்
பின்னரும், பின்னரும், மீண்டுமெனவும்
நீ அறிந்தபோது
ஆண்டுகள் சில ஓடிப் போயிருந்தன

முன்னொரு நாள்
நீயும் அவனுமாய் புஸ்பித்த
அந்த அழகிய மலரின் இதழ்கள்
ஓடிக்கொண்டிருந்த ஒவ்வொரு பருவங்களிலும்
ஒவ்வொன்றொவ்வொன்றாய்
உதிரத் தொடங்கியது
இதுவும் ஒரு மாலை நேரம் தான்
விதி சொற்களிற் சுழன்று
பலமாக அடித்த காற்றொன்றில்
காம்பும் கழன்று வீழ
அவனும் களைத்துப் போனான், நீயும் தான்

அத்துணை காதலோடும், கனவுகளோடும்
சந்திப்போமென அவன் உனக்கென்று
சொல்லிச் சென்ற வார்த்தைகளை
மாதங்களும், ஆண்டுகளும், நேரமும்
எப்படிக் குரூரமாய் கொன்று விட்டன?

போர் தின்றவற்றுள் இப்படியாகத்தான்
சந்திப்பதற்கென்றே விடைபெற்றோர்
சந்திக்க முடியாமலும்
சேர்வதற்கென்றே பிரிந்தோர்
சேர முடியாமலும்..

■

பார்க்கும் இடத்திலெல்லாம் உனைப் போலவே..

மின்விளக்கின் ஒளியில்
மேனி மினுங்கியபடி
யாருமற்று மல்லாந்து கிடக்கும்
நனைந்த இரவு வீதிகள்தான்
காதலுற்ற போதில்
மிளிர்ந்த அவள் கண்கள் போல்
எத்தனை அழகு

வீடு திரும்பும் பாதையில்
சஞ்சாரமற்றுப் பரந்தகலும்
சணல் வயலிலிருந்து
ஏதோ ஒரு பறவை
படபடன சிறகடித்துக் கிளம்பும் ஒலியில்
அன்றொரு நாள்
என் மார்பில் சாய்ந்திருந்த
மார்பின் ஓசை
கால நீட்சியை ஊடறுத்து
காதுகளில்

காற்றில் ஈரம் பிசுபிசுக்க
அண்ணாந்து பார்க்கிறேன்
முகிலவிழ்ந்த இரு துளிகள்
கன்னத்திலும், காதுமடலிலும்.
ஊரும் துளி தேடி
அத்தனை இயல்பாய்
கையும், குளிர் காற்றும்
காதை மெல்ல மேவ,
இதழ் நுனியால் செவி கவ்விய
அந்த உதடுகளின் அதே ஈரலிப்பு

ஏன் இத்துணை நிசப்தமாய்
இருக்கிறது இன்றைய இரவு
எண்ணிய படியே
சத்தமெழாமல் கதவில் சாவியைச் செருக
வீட்டு முகப்பின் மாடத்திலிருந்து
குறுகுறு எனக் குளைகிறது புறா
அந்தக் குறுகுறுப்பு என் விரல்களிலும்
ஓ.. நினைவிருக்கிறது
கணச்சூடு கண்களில் அடித்த
அந்த உடலில் என் விரல்கள்
பாம்பாய் ஊர்ந்து நெளிந்த போது
விரலின் காதுக்கு விளங்கிய
அதே குறுகுறுப்பு

அறை முழுதும் நிறைந்தறையும்
இன்மையில் இருப்பைத் தேடும்
என் தன்மையை எள்ளிய படி
வானொலியைத் திருகுகிறேன்
காற்றலையில் மிதக்கிறது
"பார்க்கும் இடத்திலெல்லாம் உனைப் போலவே
பாவை தெரியுதடி"..

மடி குளிரும்..

எமக்கான கொடியை இன்னும்
ஏற்றுகிறேன், பக்கத்தில்
இணைந்து நிற்கத்தான் நீங்களிலை
அசைந்தெழுந்து
ஏறுகின்ற செம்பாடல்
பாடுகின்றேன், ஒன்றாக
இசைந்து பாடத்தான் எவருமிலை
தலை நிமிர்த்தி
அகவணக்கம் செய்துருகி
எண்ணுகிறேன், நிரையாக
அடுத்தடுத்து நிற்கத்தான்
ஆட்களிலை, இது போல

தனித்துப்போய் கண்டத்
தகடுகளின் கோடிகளில்
தங்களுக்குள் கொடியேற்றி
தங்களுக்குள் பாட்டிசைத்து
தமக்கான தேசத்தை
தம் அறையுள் வடிவமைத்து
தாகத்தோடின்னும்
தவமிருப்போர் ஆயிரம் பேர்

பொறுமையாய் இருந்தாலும்
பூசலாராய் இருக்கின்றோம்
மனசின் அகக் காட்சி
மலர்ந்து விடிந்தொரு நாள்
மண்ணின் யுகக் காட்சியாகும்
மடி குளிரும்..

இதமான இரகசியங்கள்..

இளமழையில் துளிர்த்து
அழகுப் பசுமையாய் காற்றிலாடி
காயும், பூவுமாய் கண் நிறைந்து
பின்னோர் நாள்
பழுத்து காம்புடைந்து
சொல்லாத நினைவுடன்
மண் வீழும் இலையாய்

நீல வான் திரையில்
வெள்ளை ஓவியமாய் மிதந்து
கணமெனினும் வாழ்ந்து
பேசாத கதைகளுடன்
கலைந்து சென்றுவிடும்
முகிலாய்

கடலோடு கடலாகக் கிடந்து
காற்றணைக்க மெய்சிலிர்த்தெழுந்து
மூச்சிரைக்க
கரை நீவித் தழுவி அந்தக்
கதையெதுவுங் காட்டாமல்
பின் வாங்கிச் சென்றுவிடும்
பேரலையாய்

வெளியில் சொல்லாமல்
விடைபெற்றுச் செல்கின்ற
எத்தனை கதைகளுண்டு எம்முள்?
கொடுப்புள் சிரிப்பாயும்
கண்ணோரம் கசியும்
கனநினைவுத் துமிப்பாயும்
மிண்டித் தொண்டைக்குள்
விழுங்குமுமிழ் நீராயும்
இதமான, கனமான
எத்தனை இரகசியங்கள்
எங்குமே தெரிதலின்றி
எம்மோடே முடிகிறது..

விடுதலைப் போராட்டம் நெடிது..

நண்பா!,
நீ எத்தனை நெருப்பாற்றை
நீந்திக் கடந்தாய் என்பது பற்றி
எவரும் கேட்கப் போவதில்லை
இறுதியில் நீ வென்றாயா
என்பது மட்டும் தான்
விவாதிக்கப்படும்

தோல்விக்கான காரணங்களை மட்டுமே
தோண்டிக் கொண்டிருப்பவர்கள்
எப்போதுமே தோள் கொடுத்தவர்களாக
இருக்க மாட்டார்கள்

விடுதலைப் போராட்டத்தின் வெற்றியென்பது
காலையில் சாளரத்தை திறந்தவுடன்
கை நீட்டும் சூரியக் கதிரல்ல
மாறாக
என் நண்பனொருவன் தன் பழத்தோட்டத்தில்
முப்பது ஆண்டுக்குப் பின் பயன் தருமென
தன் மகனுக்காக நாட்டத் துவங்கியிருக்கும்
செம்மரங்களைப் போன்றது

நூற்றாண்டு நின்று நிழல் தரப்போகும்
விதைகளை ஊன்றிய கரங்கள்
ஒருபோதுமே அவற்றை
தமக்கென்றெண்ணித் தாட்டதில்லை
நமக்கென்று சொல்லியே நட்டார்கள்
உரிய காலம்வர அது
உயர்ந்து வளரும்
அதுவரை
அப்படியுமிப்படியுமாய் பேச்சுக்கள்
அடிபட்டுக் கொண்டிருக்கட்டும்..

■

சாவும் கவிதையும்..

உணர்வில் மூழ்கி
உலகை மறந்து
அதுவே நானாய் ஆகி
கவிதை வனைவதைப் போல
சாவையும் வரைகிறேன்

இப்படித் தொடங்கும் கவிதை
எப்படித் தொடரும்
அடுத்த வரியெது? முடிவெது?
இடையிலே
எப்படிக் காட்சிகள் இணையும்?
அறிகிலேன்,

அப்படியேதான் சாவும்,
அழகாய், உணர்வாய்
அத்துணை அர்த்தமாய்
எண்ணியே பார்த்திரா
எத்துனை காட்சிகள்
இணைய, இணைய
இத்துணை தூரமும்
இயல்பாய் இணைந்து வந்தது

தவிரவும்
அர்த்தக் கவிதையும், சாவும் எப்பவும்
அத்துணை நீட்டினால்
அழகிலை, அறிக!

ஆனாலென் கவி
முடிக்கும் வரிகளில்
முழுதாயென் உயிர் சுடர்ந்து
துடிப்பதே என் முகம், முத்திரை
அஃதுவாய்
சாவு என்னுடை
படலையைச் சாத்தையில்
யாவும் நிகழணும்
யாசகம் வேறிலை..

மேகம் நினைவாய் மிதக்கிறது..

உண்மைதான்
பிரியமே
இல்லாத போது தான்
இருந்ததை உணர்கிறேன்

காட்சி கலங்கிப் போனது
காலம் உருண்டு வீழ்ந்தது
நாசியிலிருந்து மட்டும் இன்னும்
நகரவே இல்லை
நம் சுகிப்பில் அன்றவிழ்ந்த
நன் மணம்

ஓக்மர இலையை ஒடித்து
ஊர்க்கிழுவையை முகர்வதும்
அடைத்த புட்டிப் பாலிலே
ஆட்டுப்பால் மொச்சையை
அனுபவிப்பதுமாக

இருப்பதிற் தேடித்தேடி
இழந்ததை முகர்கிறது
மூக்கு

வாழ்ந்தது பட்டம்
வாசனை அதன் நூல்
வழுக்கி அதைவிட மனமிலாதின்றும்
வலிக்கிறதென் கை
அண்ணாந்து பார்க்கவோ
அத்தனை அழகு

விண்கூவத் தொடங்கிற்று..

வேதனையின் விதை..

வேதனை தாளாமல்
நாமெல்லாம் இறந்துகொண்டிருந்தபோது
அவன் பிறந்தான்
வேதனை சுமந்து பெற்ற
விதை அவன்

கண்ணை மறைக்கும்
வெற்றிக் கற்பனைகளில்
அவனொருபோதும் மிதந்ததில்லை
ஆனால்
தான் நட்ட விதை
துளிர்க்குமென்ற நம்பிக்கை
அவனிடம் இருந்தது

பெரு விம்பமாய்
அவனை ஆக்கியது
வெறும் பேச்சல்ல, பேராற்றல்

புனைந்து காட்ட மட்டுமே
பலரால் முடிந்த போது
அவன் நிகழ்ந்து காட்டினான்

சுயபரிசோதனையெனும் பேரில்
இங்கிதம் வழியும்
தந்திரம் நிறைந்த
ஆயிரம் முகமூடிகளை
நீங்கள் அணிந்து கொண்டாலும்
அவனில்லாத விடுதலைக்காலத்தை
எதைத்தோண்டினும் உங்களால்
எடுத்துவிட முடியாது..

நெக்குருகி எனை நீயும் நினைப்பாய்..

முடிவற்ற சோகத்தின்
துயர் நிறைந்த சொற்களை
கற்களாக்கித்தான்
விமானநிலையத்தை
கட்டித் தொலைத்திருக்கிறார்கள் போல,

நீ வெளியே தெறிக்கவிட்ட
விம்மலையும், உப்பாற்றையும்
தாங்க முடியாக் கனத்துடன்
ஏந்திக்கொண்டு வீடு வந்தேன்
நீ ஓடித்திரிந்த அறை
வெறிச்சோடிக்கிடக்கிறது
பேரலைப் பிரளயமாய்
என்னை மீறி எழுந்திறங்கும் மூச்சை
ஏது செய்வதென எனக்குத் தெரியவில்லை

என்றோ ஒருநாள்
நான் திரும்பவும் வருவேனென
நீ விட்டுச்சென்ற
விளையாட்டுப் பொருட்கள்
அங்கங்கே கிடந்து
உன் சிரிப்பையும்
கதகதப்பான கட்டி அணைப்பையும்
விம்பமாயெழுந்து
என்னில் உருவாடவிட்டு
உயிரைக் கருக்கி எரிக்கிறது

போகேனென நீ கெஞ்சி அழுதபோது
பிய்ந்து போனெதென் ஆவி
சரி, போய் வா என் சுவாசமே
உலகின் எங்கோ ஓர் மூலையில்
விதியென்றொன்றிருந்தால்
உடம்புக் கணச்சூடு உயிரில் ஒட்ட
நெக்குருக நீவி
ஆரத்தழுவி அணைத்துக் கொள்வோம்..

■

ஊற்றைப் போல் நுரைக்கட்டும் உறவு..

தோட்டமும் எங்கும்
தொங்குகின்ற பழக்குலையும்
பாட்டும், செவிக்கரையை
பதமாகக் கவ்வுகின்ற
காற்றும், காதலுமாய்
கண்ணை விட அழகாக
நேற்றென் வளவுந்தான்
நிறைவொழுக இருந்ததடி

கரும் நச்சுப் புகையெழுந்து
காலத்தின் உள் நுழைய
அருந்தவ வாழ்வெறிந்து
ஆலவிடங் கழுத்தணிந்து
எரிகின்ற வயல்தாண்டி
ஏறிவந்து பார்க்கையிலே
தெரிந்தவரும் எவருமில்லை
திக்கிடமும் தெரியவில்லை

வளவும் தரிசாகி வறள
வான் பார்த்து
அழவும் முடியாமல்
அடுத்த நிலை புரியாமல்
இழவு வீட்டின்
இடியுண்ட முகந்தாங்கி
எழவே இயலாமல்
இருண்டிருந்த நிலம் மீதில்
உலகாய் ஒரு துளி
உருண்டதடி, என்ன இது

கண்ணீரா, நீரா
கனவா, நிசந்தானா?
எண்ணிப் பார்க்கவும்
இதயத்தில் பலமில்லை
கண்ணீரில்லை
ஏனெனில்
கரிக்கவில்லை, அண்ணாந்தேன்
விண்ணீர் தான் மெதுமெதுவாய்
விழுந்தணைக்கத் தொடங்கிற்று

என்னிலமும் கூட
இனிப் பச்சை நிறமாகும்!
உன்வரவே அதற்கு
உரமாகும் - என்னினிய
காற்றே எனையிறுக்கிக்
கட்டிக் கொள், என்றைக்கும்
ஊற்றைப் போல் நுரைக்கட்டும்
உறவு..

பறவையைப் பிரிந்த சிறகு..

எப்படி முகிலே நீ
என் வானந்தனை அகன்றாய்..?

எப்படித் தூரிகையே
என் வண்ணந்தனை மறந்தாய்..?

எப்படி நறுமணமே
இப் பூவின் இதழ் பிரிந்தாய்..?

எப்படி என் பேச்சே
இந்நாவை நீ கழன்றாய்..?

எப்படிச் சிறகே நீ
இடமறியா நடுவானில்
இப்பறவை உடல் விட்டு
எங்கேயோ பறந்து சென்றாய்..?

எவருக்கும் நோகாமல் அனுப்பு..

கண்கள் செருகிக் காட்சியும் மங்கிக்
கால் குளிர்ந்து
எண்ணம் மூச்சு எழுதல் திணறி
இறுக்கமுற்று
மண்ணை விட்டு நீங்கும் நேரம்
மனசு சொல்லும்
'உன்னாலெவரும் வாழ்வை இழந்து
உடைந்ததில்லை
உன்னுள் எந்தக் குற்ற உணர்வும்
இருந்ததில்லை'
என்னும் செய்தி செவியிற் கேட்க
எனை அனுப்பு
என்னைச் சிதைத்தும் நகர்த்திச் செலுத்தும்
என் முருகா..

கருவேப்பிலை..

உரமாக மட்டும் நீ
உண்டுயரும் செடியல்ல
கறிவேப்பிலை நீ கறியல்ல என்றுபலர்
அறைந்தறைந்து சொல்லியுமேன்
அறியவில்லை மென் மனசே..?

வேண்டாமல் விலகுகின்ற கால்களையும்
நாய்க்குட்டி
விளையாட்டென எண்ணி
விருப்போடு பின் தொடரும்
பாலக உள்ளமேன் பெற்றாய்
பால் மனசே...?

என்புருகிக் கரைந்து
இரு கையும் நிறைய உன்னை
அப்படியே அள்ளி
அனைத்தையுமே கொடுத்து விட்டு
பாற்தாகம் வந்த கன்று
பசு முகத்தைப் பார்ப்பது போல்
ஏற்காத ஒன்றுக்காய்
ஏங்கிடுதல் ஏன் மனசே..?

ஒற்றைப்பனையாய் வாழ்க்கை..

ஊரின்கோடி மயானத் தீயே
உள்ளே மனசைக் குடையும்
ஊரே எரிந்து மயானமானால்
உறக்கம் எப்படி முடியும்?

வாழ்வினிற் சோகம் வந்திடை போனால்
வலிகள் தாங்கிட முடியும்
வாழ்வே சோகம் என்பதாய் ஆனால்
வாசல் எப்படி விடியும்?

வறண்ட நிலத்தில் வாழும் உயிர்கள்
வானைப் பார்த்தே ஏங்கும்
வானும் பொய்த்துப் போனால் அவையும்
வாழ்வினை எப்படித் தாங்கும்?

எல்லாம் தீய்ந்தும் எஞ்சி நிற்கிற
ஒற்றைப் பனையாய் வாழ்க்கை
இழந்தாய் எல்லாம், தெரிந்தும் இன்னுமேன்
அணைக்கலை என்னை சாக் கை..?

நினைவோர் இறகு..

பனிக்காலம் கரைந்தொழுகும்
வசந்தமுன் மழைக்காலம்
இருள்வானத் தூவானம்
ஒரு மனங்கரைப்பான்
ஊசி இலைநுனிகளில்
தொங்கித் தூமிக்கும் நீரை
என் இமைகளும் அப்படியே
பிரதி செய்கிறதா..?

வாழ்வோர் பறவைச் சிறகு
அதன் ஒவ்வோர் இறகும்
நினைவுகள்
நீண்ட பறப்பின் இடைவெளியில்
கழன்று வீழ்ந்தவை
மீண்டுமோர் இடைவெளியில்
முளைத்து விடுகின்றன

களைத்தோய்ந்த வேளையில்
ஆசுவாசமாய்
இறகுகளைக் கோதிவிடும்
பறவைச் செண்டாய்
மனசு
நினைவுகளைக் கோதிவிடுகிறது

சாளரத்தின் இடைவெளியால்
கைகாட்டும் மரக்கிளையில்
சொண்டாற் சொண்டை
நீவிவிட்டபடி சோடிப் புறாக்கள்
விழி அந்தக் காட்சியை
விழுங்கவும்,
புகைத்தலை நிறுத்திய
முதல்நாள் வாயாய்
தவிக்கிறது ஏக்கத் தாபம்

பனி விழுந்தும் அது கரைந்தும்
மழை பொழிந்தும் அது வடிந்தும்
வெயிலடித்தும் அது தணிந்தும்
நீயின்றி வெறிதாய்
எத்தனை பருவங்கள்
எனைக் கடந்து போயிற்று
ஆயினுமின்னும் வானவில்லாய்
நாடியும் நரம்பாயும்
நாமிருந்த மழைக்காலம்
கூடிக் கிடக்குதடி வானில்..

விடுதலைக் கனவு

எந்தைகள் முயன்றதை
நாங்களும்
நாங்கள் முயன்றதை
மகன்(ள்)களும்
மகன்(ள்)கள் முயன்றதை
பேரர்களுமென
எத்துணை இழப்பினும்
நனவாகுமெனும்
நம்பிக்கையை மட்டும் இழப்பதில்லை
விடுதலைக் கனவு

அப்படியே தான் இருக்கிறது..

வாழ முடிந்த வாழ்வையும்
இன்புறக் கிடைத்த இளமையையும்
எதன் பொருட்டு துறந்தாயோ

வெடித்துப் பறக்கும்
பருத்திப் பஞ்சின் கனம் தான்
உயிரென்பதுவாய்
இரெண்டு கைகளாலும்
அப்படியே வழித்தெடுத்து
எதற்காக உன்னையே நீ
தாரை வார்த்தாயோ

ஆண்டுகள் பல ஓடிப்போயிருப்பினும்
அதற்கான காரணங்கள்
இன்னும் அப்படியே தான் இருக்கின்றன
நண்ப..

அவதானம்..

தோற்ற தன் நண்பனுக்கு
தோள் கொடுத்து அவன் மனசை
ஆற்றுப்படுத்துமோர் ஆறுதலைச் சொல்லாமல்
விழுந்தான் எனுங் கணத்தில்
விலத்தி மிகத் தந்திரமாய்
அத்துணை வேகமாய் கழன்ற அவன்
உமை நோக்கி
ஓடி வருகின்றான் ஒட்ட,
அவதானம்..

■

கரங்களை நீட்டும் கனவு

இலை உதிர்ந்தாலென்ன நண்பா
பார்த்துக் கொண்டிருக்க
பருவம் மாறும் துளிர்க்கும்
கிளை உடைந்தாலும்,
இருக்கட்டும்,
இன்னொரு கிளையுண்டே,
போதும்,
மரமே பாறி வீழ்கிறபோதுதான்
உரஞ்சிதறிப் போகிறது
ஆயினும்
இப்போதும் கூட எழச்சொல்லி
கரங்களை நீட்டுகிறதென்
கனவு..

■

எண்ணிக்கை சார்ந்த இனம்..

சிறுபான்மையாக இருக்கும் போது
சினேகமாகவும்
பெரும்பான்மையாக வளரும் போது
பேரினவாதமாகவும்
எப்படியோ மாறி விடுகிறார்கள்

எப்படி முடிகிறது
அவர்களால் மட்டும்
அவ்வளவு வேகமாய்..?
காற்றுக் கேற்றாற் போல்
கழன்று விடும் தொப்பியை
மாற்றி போடப்பழகும்
மனதை எப்படித்தான்
தோற்றுவித்தானோ அவர்
தொழும் இறைவன்..?

அவர்கள் இல்லாத நாட்கள்..

சில் வண்டில்லாத
அடர் காடாய்
காற்றூதல் கேட்காத
இராக் கடலாய்
தவளைகள் பேசாத
குளக் கரையாய்
சிறகோசை இல்லாத
பழ மரமாய்
தொடுவானம் தெரியாத
விரி வெளியாய்
நீங்களும் விடைபெற்ற
இந் நாட்கள்..

அப்படியே இருக்கிறது

ஓர விழிகளில்
உள்ளம் கசிகிறது
ஒரு போதும் அதை நீ சொல்லுவதில்லை

ஈரமாகும் மனம்
எனக்கும் இருக்கிறது
என்றும் அதை நானும் காட்டுவதில்லை

கவிதையென்று மெதுவாய்
நீ தொடங்குவாய்
காலநிலை பற்றி நான்
கதை பேசுவேன்

பாடலின்று கேட்டாயா
நான் தொடங்குவேன்
வேலையின்று கடினமென
நீ விழுங்குவாய்

இப்படியாய் துளிர்த்த மரம்
கிளை வைத்து இலை அடர்ந்து
நிழலில் இருமனமும்
நிம்மதியாய் கால் நீட்டி
அமர எண்ணுகையில்
நிலத்தைப் பிளந்தது
யுகப் பிரிகோடு,
வழியின்றி நடக்கத் தொடங்கினோம்
வடக்காய் நானும்
தெற்காய் நீயும்

அந்த மரம் இன்னும்
அப்படியே இருக்கிறது.. ■

ஆகித்தான் தீரும்..

எத்தனை உயிர்கள்
எத்துனை தியாகம்
எத்தனை ஆண்டுக் கனவு
அத்தனை உழைப்பின்
ஆயுளும் எப்படி
இத்தனை சீக்கிரம் கலைந்தது..?

வீழும் என்று எண்ணியே இராத
வீரயுகங்கள் கண்களின் முன்னால்
மாளும் என்கிற படிப்பினை தன்னை
மனசும் நம்ப மறுக்குது,

கந்தகப் புகையாய் கலைந்தன்று சென்ற
கட்டிக் காத்த கனவு
எந்த நாள் நனவாய் ஆகுமோ அறியேன்,
இருப்பனோ என்பதும் தெரியேன்.

எந்தநாள் ஆயினும் ஆகட்டும்
ஆனால்
ஆகத்தான் வேண்டும் இறைவா..

நேர முள்ளை நிறுத்து

எங்காவதென்னை
ஏந்திச்செல் காற்றே
தங்கித் தங்கித்
தவமிருந்து காத்தும்
எங்கும் விரிந்த இருள்
இறங்குவதாய்த் தோன்றவில்லை
மங்கிய விழியிலொளி
மலர இனி வாய்ப்புமிலை
ஆண்டாண்டோட
அடர்ந்தடர்ந்து வெறுமையது
தோண்டித் தன் கனமென்
தோள் மீது வைக்கிறது
நீண்ட தூரமெந்தன்
நிலைமீறிச் சுமந்து விட்டேன்
பாரமினித் தாங்குகிலேன் பரமே
சீக்கிரமென்
நேரமுள் தன்னை நிறுத்து..

ஏறிச் செவிகேட்டு எறிந்தாயோ..

தகிப்பில் அதிரும்
நரம்புகளின் உணர்முடிச்சின் பீடத்தில்
உன்மத்தம் துடித்த ஒருகணத்தின் போது
உனையே மறந்து
காதல் அவிழும் என் கண்களை
காணவென நீ திரும்பிய போது
சூரியனை கடல் விழுங்கிற்று

கத்தியேனும் மனசை
காதில் விழுத்த நீ
எத்தனித்தபோது வான் குலுங்க
என்றுமில்லா இடி
பேரோசை சிற்றோசையைத் தின்றது

ஈரநெருப்பின் இதத்தில்
அங்கம் இணைத்தேனும்
ஆசையைச் சொல்வமென
கைகளை நீட்டிய படி
நீ ஓடிவந்த போது
கால்களின் முன் காய்ந்திருந்த பள்ளத்தால்
காத்திருந்த காட்டாறு
கரைபுரண்டு தன்னோடு
அந்த முயல்வினையும் அடித்துச் சென்றது

மூச்சின் வாசனை அறியாதவளா நீ
முகர்ந்தேனும் எனை உணர முற்பட
காலில் நசிந்த குளைகளின்
காட்டு மணம் காற்றெங்கும்

பருவத்தில் மட்டும் ஊறும்
மலையருவி நீ
காலவிதி இடையே ஊடறுத்து
வேளையினை நீட்ட
ஊற்றடங்கி, கசிந்த நீர்காய்ந்து
உன்நிலை
தன்நிலை உணரத் தலைப்பட்ட போது
என்நிலை தெரிந்த இதயம் நின்று
மீண்டும் துடித்ததுன் மூளை

இமைக்குமுன்
ஏதோ உணர்ந்தவளாய்
எதிர்த்திசையில் திரும்பி
ஏறத் தொடங்கினாய்
கடந்து செல்லும் முகிலாய்
ரதியின் உரு கலைந்து செல்கிறது

உயிர்ச் சஞ்சாரமற்ற
பொட்டல் வெளியின் தொடுவான் கரையில்
மங்கலாய்த் தெரியும் ஒற்றைப் பனையாய்
மீண்டும் நான்.

மௌன அலை..

அள்ளி எறிகிறாய் என் கவிதைக்குள்
உன் நினைவுகளையும் காதலையும்
அடர் இரவில்
யாருமற்ற கடலின் நடுவே
கைவிடப்பட்ட படகொன்றின்
செவிப்பறைகளை
நிசப்த ஊளை கிழிப்பது போல
உன்னுடைய ஆழ்மௌன மிகையொலியால்
வெடித்துப் பிய்கிறதென்
மனச் செவிகள்

பிரிவு ஒரு குழந்தையைப் போல்
நம் முகத்தை அண்ணாந்து பார்த்தபடி
அங்குமிங்குமாய் ஓடி
அழுதழுது முகம் வீங்கி
ஏமாற்றப் பெரு மூச்சை
எமைச் சுற்றி இறைக்கிறது

தேச விடுதலையை நெரித்துக் கிழிக்கின்ற
விலங்கினைத் தீய்க்க
பற்றி எரிந்த மண் பற்றில்
உறவுகள் உடைதலும்
சிதைதலும் உலகில்
வலி மிகுந்ததெனினும்
வழமை தான் அன்பே
பிரிவு என்னும் குழந்தை பிறந்தது
நமக்கு மட்டுமே அல்ல மண்ணிலே
நாலு லெட்சம் பேருக்கும் தானடி

குண்டுகள் வெடித்துச் சிதறிப் பறந்ததில்
கொலைக்கரம் நீண்டு குரல்வளை நெரித்ததில்
குலை சரிந்து பனை முறிந்தது
ஆயினும்
சரிந்ததைப் பார்த்த வடலிகள் ஒரு நாள்
சரித்திரம் தெரிந்து நிமிரலாம்

நாங்கள்
வரைந்திட முயன்ற வரைபடம் தன்னை
வரைய வடலிகள் நினைக்கலாம்
அன்று
திரும்பி நான் வருவேன்

வரப்போகும் அந்த வசந்தத்தின் நாளில்
உன்னை நானும் என்னை நீயும்
அடையாளம் கூடக் காணாதிருக்கலாம்
வாழ்ந்த வாழ்க்கை வழிகள் நெடுக
இனிய நினைவாய் இன்னும் இருப்பதை
உணர்வு மிகுந்த ஒரு தருணம்
எமக்கு உணர்த்தலாம்.
ஆயினும்
வாழுதற்கென்று வழங்கிய காலம்
மீள முடியா இடத்தில் இருப்பதால்
வடலிக்கானதாய் ஆகுமெம் வாழ்வு

வளரும் எங்கள் வடலியும் நாளை
தேச வரைபடக் கோட்டினைச் சரியாய்
தீவிரமாக வரைகிற போது
பென்சிலையேனும் தீட்டிக் கொடுத்தல்
பெற்றோராக எம் தலைக் கடனே
அது வரை எம்மிடை
மௌனப் பெருங்கடல் விரிந்தும் அகன்றும்
அங்குமிங்குமாய் அலைகளின் மேலே
காவித் திரியட்டும் எங்கள் காத்திருத்தலை
காதலை..

தமிழர் விழிக்கும் காலம்..

தமிழ்நாடு போராடி
தனக்கான இறைமையினை
இனியேனும் எடுக்காது விட்டு
மாயை நிறை
இந்தியமெனும் வெற்று
வாயை மென்று கொண்டிருந்தால்
உமைச் சுற்றி
கொட்டிண்டு கொண்டிருக்கும்
கொடிய விடங்களினால்
பட்டுப்போய் நோயூறி
பாழுற்ற இனமாகி
பாத்தீனியம் கூட முளைக்கேலா நிலமாகி
அழிவதே தெரியாமல் அழிபடுவீர்

ஈழத்திற்கெதிரி ஏராளமானாலும்
எதிரே கண் தெரிய நின்றிருந்தான்
உங்களுக்கோ
அணு என்றும் கழிவென்றும்
அகழ்கின்ற காபனென்றும்
அடியோடும் எரிவாயுக் குழலென்றும்
கடல் வளத்தை
அப்படியே அபகரித்து
மென்றுவிடும் சாகரெனும்
மாலை வடிவான மரணமென்றும்,
மொழியினது
நாளத்தை மெல்ல நாசூக்காய்
அறுக்கவுள்ள
திருட்டுத் திட்டங்களென்றும்
படை படையாய்
ஒரே நேரத்தில்
உமை நோக்கி வருகிறது

தேர்தலில் வென்றால்
இதைத் தீர்ப்போம் என்றங்கே
பேர் பெற மட்டும் சிலர்
பிதற்றுவதை நம்பாமல்
முதலீடு செய்பவனின்
முள்ளந்தண் டுடைந்து
அதலபாதாளத்தில் அமிழும்
எனும் படியாய்
உர மான இயக்கங்கள்
உள்ளோடி வளரலன்றி
பிற வழிகள் ஏதுமில்லை
பிழைக்க..

காலமாகும் எம் காலம்

பறவையில்லா மாந்தோப்பு
பச்சையற்ற மேய்ச்சல் நிலம்
தேனியற்ற பூஞ்சோலை
நீர்மையற்ற வாழையடி
தலை கருகும் பனைமரங்கள்
தடமழிந்து போன நதி
புராணக் கதையாகும்
பொன்வண்டு, மின்மினிகள்
தம்பளப் பூச்சியற்ற
தண்பனியின் உதிகாலை
தான் வாழ்ந்த வழியெங்கும்
தடைகள், தெரிவின்றி
முட்டிச் சாகின்ற
முரட்டானைக் கூட்டங்கள்
மற்றும் தமிழரும்..

எப்போது பூத்தது ஒற்றைப் பூ..

காய்ந்து கிடந்த இருள் வனத்தில்
எப்போது பூத்ததிந்த
ஒற்றைப் பூ?
வான் பார்த்து ஏங்கி இருந்த
வறண்ட நிலத்தில்
எங்கிருந்து விழுந்ததிந்த
மழைத்துளி?
ஆண்டுகளாய் புழுதி பறந்த
ஆற்றுத் தடத்தில்
என்றைக்கு ஓடத்தொடங்கிற்று
இந்தக் குளிராறு?
காம்பு முறிந்து தொங்கிய
காய்ந்த மொட்டு
எப்போதிந்த ஈரக்காற்றுப் பட்டு
இதழ்களை அவிழ்த்தது?
இத்தனை கோடி ஊசித்துவாரங்கள்
எனக்கும் கூட உண்டா உடலில்?
அத்தனையிலும் ஆர் நட்டார்
இத்தனை ஆயிரம் குத்திட்ட பயிர்களை?
தகிப்பதனாற் தான் இதனை
தேகம் என்று சொன்னாரோ?
உப்புக்காற்றை ஊதுகின்ற
அடரிரவின் ஊழையில்
ஆழ்கடலில் வழி தொலைந்தவனுக்கு
எங்கோ தூரத்தில் மின்னி மறையும்
வெள்ளியா இந்த
உயிர் விளக்கு..

நதி தீரம்..

திரும்பிச் செல்ல விரும்பிய போது
மீள முடியாத் தூரத்தில் வாழ்வு

இலை துளிர்த்த காலம்
செம்மை படர்ந்த பசுமையாய்
காலைச் சூரிய ஒளிக்குத் தளதளத்து
எத்துனை அழகாய் இருந்தது

குருத்தகண்டு இலையாகி
மண்ணுக்கு நிழல் கொடுத்த
பெரு மரத்தின்
ஆயிரமாயிரம் இலைகளுள் ஒன்றாயும்,
அந்தக் காலமும் ஒரு கனவென
பார்த்திருக்க கண் முன்னே
கலைந்து போனது

உயிருக்கு உடற்பாரம் கனப்பதென
காம்புக்கு இலை தோன்றும்
காலமிது,
ஆயிரம் பருவங்கள் மாறினும்
வீழ்ந்த இலை முளைப்பதில்லை
வேறொன்று தான் முளைக்கும்

இந்தக் காற்றுக்கோ இல்லையெனில்
இறங்கி வரும் மழைத்துளிக்கோ
எந்த நேரத்திலும்
காம்பு தன் பிடியைக் கழற்றலாமென
காத்திருக்கும் காலமிது

கண்ணுக்குத் தெரியாத உயிரெனல்
கடைசியாய் அவிழும்
கைப்பிடியளவு காற்றுத் தான்.

வாழ்க்கை கிடைத்த போதில்
வாழ நினைக்கவில்லை
வாழ நினைத்த போதில்

வாழ்க்கை கிடைக்கவில்லை
எனினும்
எண்ணிக் கவலையுற ஏதுமிலை
இது நியதி

கைகாட்டி விடை சொல்லி ஆயிற்றா
திரும்பாதே
அந்தா தெரிகிறதுன் நதி தீரம்
அவ்வளவே..